சந்தியா
பதிப்பகம்

வண்ணதாசன் என்கிற கல்யாண சுந்தரம் பிரிட்டிஷ் இந்தியாவில் 22.08.1946இல் பிறந்தவர். பொதுவுடைமைக் கட்சியின் இதழாகிய 'தாமரை'யின் தொடக்ககால ஆசிரியர் தி.க. சிவசங்கரனின் மகன். திருநெல்வேலியில் 21E சுடலைமாடன் தெரு இவரது ஜென்ம பூமி. இதே தெருவின் எண் 28இல் இளம் பருவத் தோழனாய் இருந்தவர் கலாப்ரியா. கலாப்ரியாவுக்கு இவர் கல்யாணி அண்ணன். இன்றுவரை இலக்கியத்தில் தனக்கு முன்னோடியாக வழி காட்டியாக 'கல்யாணி அண்ணனைத் தான் சொல்லிக் கொண்டிருக்கிறார். வண்ணநிலவனும் விக்ரமாதித்யனும் சமகால எழுத்தாளர்கள்; தோழர்கள்; ஊர்க்காரர்கள். தமிழ்ச் சிறுகதை உலகில் 50 ஆண்டுகள் நிறைவு செய்த பின்னும் தளர்வின்றித் தடம் பதித்து வரும் வண்ணதாசன் தனது கவிதைகளுக்கு 'கல்யாண்ஜி' என்ற புனைப்பெயரைத் தழுவிக்கொள்கிறார். 36 வருடங்கள் வங்கியில் பணிபுரிந்தாார். வங்கி வாழ்க்கை எவ்விதத்திலும் அவரது இயல்பு வாழ்க்கைக்கு எதிராக இருந்ததில்லை என்பதை அவரது படைப்புகள் நிரூபண சான்றாவணங்களாக மெய்ப்பிக்கின்றன. பணி இட மாற்றங்களின் பொருட்டு நகர்ந்து சென்ற இடங்களில் காணும் மனிதர்களே வாழ்க்கை சார்ந்த தேடலின் பாடமாகவும் பாடபேதங்களாகவும் இருந்துள்ளனர்.

'நான் பயணித்த தூரம் குறைவு, பார்த்த இடங்கள் குறைவு' என்று நேர்ப்பேச்சுகளில் இவர் கூறி வந்தாலும் எதிர்ப்படும் மனித முகங்கள் ஒவ்வொன்றும் இவருக்கு

ஒவ்வொரு உலகத்தைவிட்டுச் செல்கின்றன. அந்த ஒவ்வொரு உலகத்தின் பெருமூச்சும் பெருவியப்பும் இவருக்கு அனுபவங்களாகின்றன. மனித உணர்வுகளின் நோக்கை நுண்ணுணர்வைக் கண்டு சொல்கிற விந்தைக் கலைஞன் வண்ணதாசன் என்றால் அவற்றை அவர் பதிவு செய்யும் மொழியோ பிசிறற்றது; அசலானது. நம்மைப் பின்னிப் பிணைக்கும் வாய்மை நிறைந்த மாய வலை அது.

இதில் சிக்குண்டோர் பலர். அவர்களுக்குள்ளும் அன்பு விளியாக இவரை 'ஆசான்' என்று அழைக்கிறார் கவிஞர் சாம்ராஜ். 'அப்பா' என்றழைக்கிறார்கள் கவிஞர் இசையும் கவிஞர் வெண்ணிலாவும். ஆரவாரமற்ற உடல்மொழியும் மொழிநடையும் கொண்ட வண்ணதாசனின் மண்டலம் மென்னிழைகளாலும் மென்மொழியாலும் கட்டப் பட்டிருந்தாலும் அதில் உட்பொதிந்திருக்கும் வீர்யத்தையும் கனலையும் ஆவேசத்தையும் கண்டுணர்ந்து வெளிப் படுத்தி எழுதியவர் தமிழ்ச்செல்வன். 'வாழ்க்கைக்கென்ன அது பாட்டுக்கு என்னென்னவோ சொல்கிறது. வாழ்க்கை மாதிரி அலுக்காத கதை சொல்லி கிடையவே கிடையாது' என்று பேசுகிற வண்ணதாசனின் கதைகளும் கவிதைகளும் கடிதங்களும் மனித வாழ்க்கையையும் அதன் அனைத்து சாத்தியப்பாடுகளையும் நமக்கு வாரி வழங்கிக் கொண்டிருக்கின்றன. 'தானாக நிகழ்வதுதான் தரிசனம்' என்கிற லா.ச.ராவின் வரிகள் வண்ணதாசனின் வாழ்வுக்கும் அவரை வந்தடைகிற வாசகர்களுக்கும் முற்றிலும் பொருந்தும் எனச் சொல்லத் தோன்றுகிறது.

சந்தியா நடராஜன்

மேலும் கீழும் பறந்தபடி

கல்யாண்ஜி

சந்தியா பதிப்பகம்
சென்னை - 83

மேலும் கீழும் பறந்தபடி
© கல்யாண்ஜி

முதற்பதிப்பு: 2023

அளவு: டெமி ● தாள்: 60gms ● பக்கம்: 130
அச்சு அளவு: 11 புள்ளி ● விலை: ரூ.150/-
அச்சாக்கம்: அருணா எண்டர்பிரைஸஸ்
சென்னை - 40

சந்தியா பதிப்பகம்
புதிய எண்: 77, 53வது தெரு, 9வது அவென்யூ,
அசோக் நகர், சென்னை - 600 083.
தொலைபேசி: 044-24896979

ISBN: 978-93-95442-93-0

Melum Keezhum Paranthapadi
© **Kalyanji**

Printed at A S X Pvt. Ltd.,
Chennai - 40.

Published by
Sandhya Publications
New No. 77, 53rd Street, 9th Avenue,
Ashok Nagar, Chennai - 600 083.
Ph: 044-24896979

Price Rs.150/-

sandhyapublications@yahoo.com
sandhyapathippagam@gmail.com
www.sandhyapublications.com

SAN-1093

இக்கணத்தில் இடைக் கணம்

பாரதியின் 'கண்ணன் என் அரசன்' கவிதைகளில் ஒன்று 'இக்கணத்தில் இடைக்கணம் ஒன்றுண்டோ?' என முடியும். கவிஞர் இசையின் 'சத்தியத்தை மீட்டுதல்' கட்டுரை வழியாக அந்த வரியை அடைந்த நேரத்தில் இருந்து, நான் எழுதிவரும் கவிதைகள் எல்லாமே இக்கணத்தில் இடைக்கணத்தைச் சொல்வதாக, சொல்ல முயல்வதாக அல்லது சொல்ல முடியாமல் தவிப்பதாகவே நினைக்கிறேன். அப்படிச் சொன்ன, சொல்ல முயன்ற, சொல்ல முடியாது தவித்தவைகளின் சமீபத்திய நீட்சியே இந்தத் தொகுப்பின் கவிதைகளும் என்று தோன்றுகிறது.

சமீபத்திய முக நூல் பதிவு ஒன்றில் பேராசிரியர் அ.ராமசாமி, கதைகளின்/பனுவல்களின் ஆப்த வாக்கியம் பற்றிய புதிய திறப்பு ஒன்றைச் செய்திருந்தார். ஒருவேளை, 'இக்கணத்தில் இடைக்கணம்' என்பதுதான், நான் என் போக்கில் புரிந்து பொருள்கொண்ட, என் கவிதைகளின் ஆப்த வாக்கியமாக இருக்கலாம்.

நான் மற்றவர் எழுதிய கவிதைகளின் தொகுப்புக்கு முன்னுரை எழுத முற்படும் போதெல்லாம் அந்தந்தத் தொகுப்பின் வரிகளையே தொகுத்தும் திருப்பிச் சொல்லியும் நிறைவு செய்துவிடுவேன். என்னுடைய இந்தத் தொகுப்புக்காக இதை எழுதுகையில், இதிலிருக்கும் கவிதைகளின் தன் வினையால் என்னைச் சுட்டுக் கொள்கிறேன்.

நான் குடை வைத்திருக்கும் பைத்தியக்காரன். இந்த இடத்திற்கு நான் அவசியமே இல்லை எனினும், வெயிலையும் மழையையும் பார்த்துக்கொண்டு இங்கேயே இருக்கிறவன். விழுந்திருக்கும் வானவில்லைக் காட்ட உங்களைக் கூட்டிவரும் போது நான் காட்ட நினைத்த அந்த வானவில் காணாமல் போய்விடுகிறது. சற்று நேர அழகின் கள்ளத்தால், சற்றுநேரக் கள்ளமின்மையால் நான் எழுதுகிறேன். எதுவும் எங்கும் ஒளிந்திருக்கவில்லை, எல்லாம் எங்கும்

நிறைந்திருப்பதாகவே நினைக்கிறேன். எதையேனும் செய்து ஏதாவது ஒன்றை அழகாக்கிவிட முடிந்துவிட்டால் எனக்குப் போதுமானது.

அனைத்திலும் சிறியதை வணங்குகிறேன். அதையும் தாண்டிப் போ என்று சொல்கிற, கருப்பு எழுத்துகளை மைல் கற்களில் வாசிக்கிறேன். அதையும் தாண்டிப் போக முயற்சித்தது போலவே, அப்படிச் சொன்ன மைல்கல் மீதே அசையாது உட்கார்ந்தும் இருந்திருக்கிறேன். எப்போதாவது ஒரு முறை பழுக்கும் பழத்தையும் எப்போதும் பழுத்தே இருக்கும் பழத்தையும் அறிந்திருக்கிறேன்.

நிறையக் குமிழிகள் ஊதியிருக்கிறேன். தானே உடைகிற குமிழிகள் எனக்கு ‘ஒன்றுமில்லை’யைக் காட்டியிருக்கின்றன. ஒன்றுமில்லைக்கும் வானவில்லின் அதே ஏழு நிறங்கள் தான் என்று குமிழிகளை ஊதி ஊதித் தெரிந்து கொள்கிறேன். பெரிய பெரிய கோபுரங்களைப் பார்க்கும் பொழுதில் எல்லாம் நான் சின்னதாகிக் கொண்டே போகிறேன்.

என்னுடைய ஆறு கிட்டத்தட்டக் கடலை நெருங்கிவிட்டது. எனக்கு இன்னும் நீச்சல் அடிக்கத் தெரியாது என்பது ஆற்றுக்கு ஒரு பொருட்டில்லை. நான் எல்லாவற்றையும் சாதாரணமாகவே பார்த்துக்கொண்டு இருக்கிறேன். நான் சாதாரணமாகப் பார்ப்பவை சரியாகவும் இருக்கின்றன என்பதை என் அழகான சில புகைப்படங்கள் மூலம் நீங்கள் அறிந்துகொள்ளலாம்..

எனக்கு ஆற்றில் நீந்தும் அத்தனை மீன்களையும் அடையாளம் சொல்ல முடியும் என்று ஒரு போதும் சொல்ல மாட்டேன். எனக்குத் தெரியும், ஆற்றுக்கும் தெரியாமல் ஒரு மீன் எப்போதும் ஆற்றில் நீந்திக்கொண்டு இருக்கிறது என்று.

எனக்கு மிகப் பிடித்த ஒரு கோபுரத்தைக் கொட்டும் மழையில் பார்த்துக் கொண்டே இருந்தேன். மழையில் நனைந்த கோபுரம் மழையில் நனையாத கோபுரம் போலவே இருந்தது. நான் சிவசைலம் கோவிலில் பிடித்த மினுக்கட்டாம் பூச்சிகளின் வெளிச்சம், நேற்றிலிருந்து இன்று வரை அல்ல, நாளையில் இருந்து இன்றுவரை ஒளிர்ந்தபடியே இருக்கிறது.

கவிதையின் பின்னாலேயே நான் இத்தனை காலம் அலைவது எல்லாம் ஒரு தூய உருப்பளிங்குக், கவிதையைப் பிடிப்பதற்காக அல்ல, பிடிப்பது போன்ற ஒரு மாய விளையாட்டிற்காக.

இங்கே ஒன்றுமில்லை என இவன் ஏறிக்கொண்டு இருக்க, அங்கே ஒன்றுமில்லை என அவன் இறங்கிக் கொண்டு இருக்க, எவ்வளவு

அழகு கீச் கீச் எனப்பாடி, மேலும் கீழும் பறந்தபடி இருக்கும் என்னுடைய இந்தக் கவிதைத் தொகுப்பின் வரிகள்!

இந்த விஜய தசமி நாளில், 'ஏடு பிரித்து', நேற்று சரஸ்வதி பூஜைக்காக மஞ்சளில் நானே செய்த 'அம்மன் முகத்தை' இடம் திருத்தி, எங்கள் வீட்டின் சாப்பாட்டு மேஜையின் விளிம்பில் அதே கோலத்தில் வைத்திருக்கிறேன். நேற்று மிகப் பிந்திய பொழுதில் வந்து அம்மனைப் பார்த்த முத்து, என்னிடம் வந்து, 'அம்மனுக்குக் கண்ணு அவ்வளவு நல்லா இருக்கு சித்தப்பா' என்று சொன்னாள்.

இன்று வீடு கூட்ட வந்த லட்சுமி சாப்பாட்டு மேஜையில் இருக்கிற அம்மன் முகத்தைக் கொஞ்ச நேரம் அப்படியே பார்த்துக்கொண்டு நின்றாள். ஒன்றும் சொல்லவில்லை. மறுபடியும் வீடு கூட்ட ஆரம்பித்தாள்.

எனக்கு என்னவோ, இசை குறிப்பிட்ட, 'இக்கணத்தில் இடைக்கணம் இதுவன்றோ' என்று லட்சுமியிடம் சொல்லத் தோன்றுகிறது.

நான் இந்த தொகுப்பைத், தன்னுடைய நல்ல கவிதைகளால் தொடர்ந்து என்னை ஈர்த்துவரும் கவிஞர் லட்சுமி மணிவண்ணனுக்கும்

கவிஞர் சுகுமாரன் மூலம் அழைப்பு விடுத்து, பட்டாம்பி சமஸ்கிருதக் கல்லூரியில் நடந்த கவிதைத் திருவிழாவின் ஒரு அரங்கில் என்னைக் கலந்து கொள்ளவைத்து, மற்றெல்லாத் தமிழ்க் கவிஞர்களின் கவிதைகளோடு, என்னுடைய கவிதைகளையும் மலையாளத்தில் மொழிபெயர்த்துச் சிறப்பித்தவருமான திரு.பி.பி. ராமனுக்கும் சமர்ப்பணம் செய்கிறேன்.

மிகுந்த தனிப்பட்ட அக்கறையோடு இந்தக் கவிதைத் தொகுப்பைச் சீர் செய்து வடிவமைத்திருக்கும் திருமதி. மேனகா லூகாஸுக்கும், என்னை ஐம்பது ஆண்டுகளாக மேலும் கீழும் பறந்தபடி இருக்கத் தூண்டுதலும் உயிர்ப்பும் தந்துவரும் சந்தியா பதிப்பகத்திற்கும் என் வணக்கமும் அன்பும்.

விஜய தசமி தினம்

கல்யாணி.சி
24/10/2023

1

வெயில் தணிந்த பின்
போகச் சொல்வார்கள்.
மழை நின்ற பின்
போகச் சொல்வார்கள்.
எதுவும் தணியுமுன்
எதுவும் நிற்கு முன்
போய்க்கொண்டே இருங்கள்.
உங்கள் நெற்றியும் கன்னமும்
மழை விழுந்து தெறிக்கும் படியும்
உங்கள் புறங்கைகளின் மேல் தோல்
வெயிலில் பிசுபிசுக்கும் படியும்
தரப்பட்டிருக்கின்றன.
குடை வைத்திருக்கும் பைத்தியக்காரர்களை
இதுவரை யாரும் பார்த்திருக்கிறோமா?

♦

2

இந்த இடத்திற்கு
வெயில் அவசியமே இல்லை.
வெயில் அடித்துக்கொண்டு இருக்கிறது.
இந்த இடத்திற்கு
மழை அவசியமே இல்லை.
மழை பெய்துகொண்டு இருக்கிறது.
இந்த இடத்திற்கு
நான் அவசியமே இல்லை.
வெயிலையும் மழையையும் பார்த்துக்கொண்டு இருக்கிறேன்.

3

ஒரு டப்பாவில் மாத்திரைகள் வைத்திருக்கிறேன்.
ஒரு டப்பாவில் வரை பென்சில்களை வைத்திருக்கிறேன்.
இன்னொரு டப்பாவில் வைத்திருக்கிறேன் என்னை.

♦

4

என்றாவது
எங்காவது
ஒரு வண்ணத்துப் பூச்சி,
ஏதாவது
ஒரு சிலை முலைக் காம்பில்
அமராமலா இருந்திருக்கும்?

♦

5

நான் பார்ப்பேன் என்பதற்காகவே
இந்த நேரம்
பிரம்பு ஊஞ்சலில் தளர்வாடையோடு உட்கார்கிறாய்.
நான் பார்க்கிறேன் என்பது உனக்கு நன்றாகத் தெரியும்.
பின் கட்டுக் குழாயில் தண்ணீர் எல்லாம் விழுந்து சிந்தவில்லை.
பொய்யாக உட்பக்கம் திரும்பி அதை நிறுத்தச் சொல்கிறாய்.
பொய்யைக் கூடுமானவரை இயல்பாகச் சொல்லும்
அந்த உன் தோள்த் திரும்பலுக்கு
தண்ணீர் சிந்துவதன் அழகு.

6

ஒரு நண்பர் உன்னைப் பற்றி
இன்னொரு நண்பரிடம் சொல்லிக்கொண்டு இருந்தார்.
நீ அழகாக இருந்தாய்.
உன்னைப் பற்றி ஒருவர் கவிதை எழுதியிருந்தார்
நீ அழகாக இருந்தாய்.
உனக்குப் பூ விற்கிறவர்
நீ தலை கொள்ளாமல் பூ வைப்பது பற்றிச் சொன்னார்
நீ அழகாக இருந்தாய்.
மிகப் பெரிய அளவில்
அந்த ஓவியர் உன்னை வரைந்திருந்தார்.
நீ அழகாக இருந்தாய்.
உனக்கு வழக்கமாக உடைகள் தைத்துத் தரும் பெண்
சில விவரங்கள் சொன்னார்.
நீ அழகாக இருந்தாய்.
அன்ன விளக்கு ஏற்றுவது போல,
எஸ்கலேட்டரில் ஏறிச்செல்லும் போது
கையசைப்பது போல
ஒரு முட்டைக்கோஸ் வயலில் நிற்பது போலப்
படங்கள் பார்த்தேன்
நீ அழகாய்த்தான் இருந்தாய்.
புத்தகக் கண்காட்சியில் நேரில் பார்க்க வாய்த்தது.
நீ அழகாய் இல்லை.
அங்கல்ல, வேறு எங்கோ மறதியாக உன் அழகை
அப்போது நீ வைத்திருந்திருக்க வேண்டும்.

▲

கல்யாண்ஜி

7

ஓட்டைப்பல் சிறுவன்
அம்மாச்சி சொன்னபடி
விழுந்தபல்லைச் சாணியில் பொதிந்து
ஓட்டின் மேல் வீசினான்.
கடவுள் மேல் விழுந்தது அது.
கடவுள் அவருடைய அம்மாச்சியிடம் கேட்டார்
'உன் சொல்படி நான் கீழே வீசினேனே என் பல்லை.
அதே தானே இது?'

8

'இது என் வாழ்வின் கடைசி வரி' என்று எழுதுகிறேன்.
மிகச் சிறியதாக இருக்கும் அந்த வரியை
மிகுந்த ஆனந்தத்துடன் பார்க்கிறேன்.
கல் தச்சனின் சிலை நெளிவுகள் போல ஒன்றிரண்டை
மேலும் கீழும் வரைகிறேன்.
உறங்கச் சென்றுவிடுகிறேன்.
மறுநாள் எழுந்து வாசிக்கிறேன்.
'இது உன் வாழ்வின் முதல் வரி' என்று இருக்கிறது அது.
வரைந்த நெளிவு கோடுகள்
என்னைச் சுற்றிப் படர்ந்திருக்கின்றன
தொப்புள் குழியிலிருந்து முளைத்து
இரண்டு மொட்டுகள் விட்டிருக்கின்றன நெஞ்சின் மீது.

♦

9

காற்றுக் காலம் அல்லவா,
சருகுகள் தரையோடு தரையாகச் சருகிச் சுழன்றன.
சலவை சோப்புப் பெயருள்ள
பனியன் அணிந்த மேய்ப்பர் கிழவர்
தரையை உற்றுப் பார்த்து
உரக்க எதையோ வாசித்துக் கொண்டு இருந்தார்.
என்ன வாசிக்கிறீர்கள் என்றேன்
சருகு சுழன்ற தரையைக் காட்டினார்.
உங்களுக்குப் படிக்கத் தெரியுமா? என்ற கேள்விக்கு
அவர் சொன்னார்
'காற்றுக்கு எழுதத் தெரியும்'.

10

சுற்றுலா வழிகாட்டிக்கு
உடைந்து நொறுங்கிய ஆங்கிலம்.
இந்தக் கோபுரம் கடல் மட்டத்தில் இருந்து
எவ்வளவு உயரமானது
என்பதற்குப் பதில்
எவ்வளவு ஆழமானது என்று
சொல்லிக்கொண்டு இருந்தார்.
திருப்பித் திருப்பி அப்படியே சொல்ல
நான் ஆழக் கடலுக்குள் போய்க்கொண்டே இருந்தேன்.
அவ்வளவு அழகு
கடலுள் முளைத்த அந்தக் கோபுரம்.

▪

11

தினசரி பூ வாங்குகிற வீடு.
ஆளில்லாத இரும்புக் கதவில்
தொங்குகிறது சரம்.
இதழ் அவிழ்ந்து அவிழ்ந்து
காற்றில் மல்லிகை
அதன் பெயரைச் சொல்கிறது.
ஒருத்தருக்கும் தெரியாமல்
சரம் தொங்கும் இடத்தில்
கதவு துளிர்த்துக் கொள்கிறது
இரண்டு மூன்று இரும்பு இலைகளை.

12

வானவில் விழுந்திருந்தது.
வானவில்லைப் பார்க்கச் சொல்லி
இவளைக் கூட்டிவர உள்ளே போனேன்.
வந்து பார்த்தால் காணோம்.
வானவில்லை யாரோ
கூட்டிக்கொண்டு போயிருந்தார்கள்.

♦

13

நெஞ்சில் கை வைத்துச் சொல்லுங்கள்
ரொம்ப காலத்துக்குப் பின்
இன்று நான் மைனாவைப் பார்த்தேன் என்று சொல்வது
இந்த உலகத்துக்குத் தேவையே இல்லாத தகவலா?
ஒரு மெலிந்த ரோட்டோர மைனாவையும்,
தளர்ந்த நடை வழியில் மைனா பார்க்கிறவனையும்
அகற்றிவிடுவீர்கள் எனில்
இந்தச் செவ்வாய்க் கிழமையின் கொஞ்சத்தை
யாருக்கோ காட்டாமல்
நீங்கள் ஒளித்துவைக்கிறீர்கள் தானே.

14

மூன்று நாட்களாக அந்தத் துணிப் பை
மேலக்கோபுர வாசல் கல்நடையில் இருக்கிறது.
மூன்று நாட்களாக அதே இடத்தில்
அப்படியே இருக்கும் பையை
யாரும் கண்டுகொள்ளவில்லை.
கோவில் யானையின் சின்ன மாவுத்தன் மகன்
வளர்க்கும் கிளிக் குஞ்சுக்கு என்ன தெரியும்?
மூன்று நாட்களாக அங்கேயே இருக்கும் பையின்
பின்னால் ஒளிந்ததில், அது சாய்ந்து விட்டது.
சின்ன மாவுத்தன் மகன் அவசரமாகப்
பையை நிமிர்த்தி வைத்தான்.
பையில் ஒரு காவி வேட்டி, காவித் துண்டு தவிர
மூன்றே மூன்று நாட்கள் இருந்தன.

🌢

15

ஒற்றைக் கள்ளப் பருந்து
சுற்றிக் கொண்டே இருந்தது.
வானம் அழகாக இருந்தது.
சிறு பொழுதில்
கள்ளப் பருந்தைக் காணோம்
வானம் இப்போதும் அழகாகவே இருந்தது.
அழகு என்பது சற்று நேரக் கள்ளம்.
சற்று நேரக் கள்ளமின்மை.

♦

16

குக்கூ, குக்கூ என்று சொல்லிக் கொடுத்தேன்.
கிக்கீ, கிக்கீ என்று திருப்பிச் சொன்னான்.
உன் படிப்பு முடிந்துவிட்டது என்றேன்.
'ஆனந்தம், ஆனந்தம்' என்று
பறந்து போய்விட்டான்.

♦

17

அருகம் புல்லும்
வெல்வெட் பூச்சியும் இருக்கிறதாக
தீப்பெட்டியைத் திறந்து காட்டினான்.
அருகம் புல் இருந்தது
வெல்வெட் பூச்சி இருந்தது.
தவிர ஒரு
செம்போத்துச் சத்தமும் இருந்தது
அவனுக்குத் தெரியாமல்.

♦

18

குருவி கிளையில் வந்து அமர்ந்தது
'எல்லாம் சரியாக இருக்கிறதா?'
'எல்லாம் சரியாக இருக்கிறதா?'
கழுத்தைத் திருப்பித் திருப்பிப் பார்த்தது.
'எல்லாம் சரியாக இருக்கிறது'
'எல்லாம் சரியாக இருக்கிறது'
சாய் கோட்டில் கூவினபடி
அது பறந்து போய்விட்டது.

♦

19

ஒரு கணம்
ஒரே ஒரு கணம்
தன் தச்சனைக் கண்டது போல்
வெயிலிடம் தன்னை
அவிழ்த்துக் காட்டிக் கொண்டது
அடைத்தே கிடக்கும் வீட்டின்
தலைவாசல் கதவு.

♦

20

டேபிள் ரோஜாக்கள்
ரோஜாக்கள் அல்ல.
அவை ஒரே நாளில் வாடிவிடுகின்றன.
ரோஜாக்கள்
டேபிள் ரோஜாக்கள் அல்ல.
அவற்றிற்கு ஒரேநாளில்
எல்லா நாட்களையும் வாழ்ந்துவிடும்
பக்குவம் இல்லை.

♦

21

கிறுக்குத் தனமாக,
இன்றைய இரவுச் சாப்பாடுதான்
என் 'கடைசி ராப் போஜனம்' என்று
நினைத்துக் கொண்டேன்.
மெஸ்ஸிலிருந்து சாப்பாடு விநியோகிப்பவரிடம்
இன்று அதிகம் பேச வேண்டும் என்று ஆசை.
அவரிடம் சொல்ல ஒரு ஸென் கதையைத்
துடைத்து வைத்தேன்.
ஆட்டோ பழுதினால் அவர் மிகப் பிந்தி வந்தார்.
நான் தூக்குச் சட்டியை வாங்கின
கையோடு கேட்டேன்
'நாளை காலையில் பூரி கிழங்கு தானே?!'

●

22

இன்றைக்குத்தான் தெரிந்துகொண்டேன்
ஆயத்த ஆடைகள் போல
ஆயத்தச் சவப்பெட்டி விற்பனைக் கடைகள் இருப்பதை.
மார்புக் கச்சுகள், முழுக் கால் சட்டைகள்,
காலணிகள் ஒப்ப
'எத்தனாம் நம்பர் சைஸ்?' என்று சொன்னால்
எடுத்துக் கொடுத்துவிடுகிறார்கள்.
ஏதோ ஒரு பெட்டியில்
நான் படுத்துக்கொள்வது போன்ற
சித்திரத்தைத் தவிர்க்க முடியவில்லை.
அதனுடைய நீட்சியாகக்
கொஞ்சம் வரைந்து கொண்டேன்.
என் கல்லறையைச் சுற்றிய அடர்புல்லிடை
சுணை மினுங்கும் நீண்ட காம்புகளின் நுனியில்
சூரியகாந்தியின் சிறுவடியில்
வெள்ளைப் பூக்கள் காற்றில் அசைவதாக.

⬥

23

நடை வெளியின் கால் எத்துதலில்
கிடைத்தது அந்தத் தீப்பெட்டி.
மிகப் புதிதாக,
ஒரு தீக்குச்சியும் இன்றிக் காலியாக,
எடையே அற்று இருந்தது.
என்னை
இந்த தினத்தை
புனித தோமா தெற்குத் தெருவில்
விழும் வெயிலை
அந்தத் தீப்பெட்டியில் வைத்திருக்கிறேன்.
உலகம் உருண்டையானது என்று
இன்று நான் சொல்வதற்கில்லை.

♦

24

கடலைப் பார்த்தபடி
ஒரு பெண் நிற்கும் படத்தைப் பார்த்தேன்.
அழகாக இருந்தது.
அந்தப் பெண்ணைப் பார்த்தபடி இருந்த கடல்
அழகாக இருந்தது.
அலையைப் பற்றி,
இப்போது மட்டும் அல்ல, எப்போதுமே
சொல்ல முடிவதில்லை
தீர்மானமாக எதையும்

♦

25

நாங்கள் விற்றிருந்த கார் அது.
ஒரு மகப் பேறு மருத்துமனை அருகே பார்த்தேன்.
அதற்கு மேல் அகலமாகத் திறக்க முடியாத கதவைப் பற்றி
நிறைசூலியாக ஒரு பெண் இறங்கினார்.
பாதி குடித்தபடி இருந்த டீயை உயர்த்தின வாக்கில்
'பார்த்து, பார்த்து' என்று சற்று உரக்கச் சொன்னேன்.

♦

26

வேஃபர் பிஸ்கட் மீது சாக்லெட் பூசிய
இந்த இனிப்புத் தகட்டை முன்பு சாப்பிட்டிருக்கிறேன்.
கருநீலப் பொன்வண்டு போல் மினுங்கும்
அதன் சுற்றுத் தாள் நிறம் எனக்கும் பிடிக்கும்.
அவர் என்னிடம் தந்த நேரத்துடன்
இரண்டு நாட்களாக அப்படியே வைத்திருக்கிறேன்.
அப்படியே வைத்திருக்கும் பட்டியல் ஒன்று
என்னிடம் இருக்கிறது.

♦

27

இது எங்கு ஒளிந்திருந்தது?
என்று கேட்கிறீர்கள்.
எதுவும் எங்கும் நிறைந்திருக்கிறது
என்பதே பதில்.

♦

28

எல்லோரும் அப்படித்தான் நினைத்துக் கொள்கிறார்கள்
அந்தப் பலூன்காரனுக்காகத்தான்
அந்தப் படத்தை எடுத்தேன் என்று.
இல்லை. அப்படி அல்ல.
நீங்கள் உற்றுக் கவனித்தால் பார்க்க முடியும்
ஒரு கருங்குருவி நீள்வட்டமிட்டு
திரும்பத் திரும்பப்
பலூன்காரன் தலைக்குமேல் பறந்து மறைவதை.
கருங்குருவிக்கு அந்த மஞ்சள் நிற பலூன் பிடித்திருந்தது.
அதன் கனவில் கொத்திக்கொண்டிருந்த
பெரும் பழம் போல் அந்த பலூன் இருந்தது.
பழச் சதைப்பற்றை விட,
கருத்து மினுமினுத்திருந்த நீள்வடிவ விதைகளை
உண்டு எச்சமிட வேண்டும் என்ற
ஒரு சாபம் அதற்கு இருந்தது.
நான் எடுக்க விரும்பியது
விமோசனத்திற்கான பதற்றத்தில் இருந்த
அந்தச் சிறு பறவையை மட்டுமே.

29

அப்போதெல்லாம் நிறைய சீனிக் கற்கள் கிடைத்தன.
வண்டிச் சக்கர இரும்புப் பட்டைகளில்
சீனிக் கற்கள் நொறுங்கும் கற்கண்டுச் சத்தம்
இப்போதும் கேட்கிறது.
தச்சாசாரிகள் மாவு போன்ற சீனிக்கல் பொடியில்
உளிகளைத் தீட்டினார்கள்.
தீட்டு மரத்தில் படிந்திருக்கும்
இரும்பின் சாம்பல் நிறத்தை
இந்த தினத்துக் கவிஞன் பார்த்திருக்க மாட்டான்.
காளான்கள் தவிர,
மழைக்காலத்தில் பொறுக்க வேண்டிய இன்னொன்று
சீனிக் கற்கள்.
வாயிலிட்டு ஒதுக்கும் போது,
கடைவாய்ப் பல்லுடன் மோதும் சிற்றொலியுடன்
உங்களுக்கு சீனிக் கல் ருசி தெரியும்.
ஒரு சீனிக் கல்லை நினைவு கூர்கையில்
எவ்வளவு ஞாபகம் வருகிறதோ
அவ்வளவு மட்டுமே நீங்கள் வாழ்ந்திருக்கிறீர்கள்.
உங்களுக்கு 77 வயது என்று வைத்துக் கொண்டால்
உங்களுக்கு அதிர்ஷ்டம் அல்லது துரதிர்ஷ்டம் என்பது
ஒரு வியாழனின் அதிகாலையில்
ஒரு கோலிக்காய் அளவுகூட இல்லாத
ஒரு சீனிக்கல்லைப் பார்ப்பதுதான்.

♦

30

அந்தப் பூவைக் கனவில் தான் பார்த்தேன்.
காம்பு கூடத் தெரியக் காணோம்.
பயிற்சிக் குறைவுடன்
மிக அருகில் பிடிக்கப்பட்ட காணொளி போல் இருந்தது.
அடுக்கடுக்காக இதழ்கள் மலர்ந்து கொண்டே இருந்தன.
சிறு சிறு வாசல்களை
அது உடனுக்குடன் திறந்துவைப்பதை
நிறுத்தவே இல்லை.
ஒரு கட்டத்திற்கு மேல்
இதழ்கள், வாசல்கள் என்னைத் திகைப்பில் நிறுத்தின.
திரும்பி வெளியேறிவிடத் தோன்றிவிட்டது.
நினைத்த ஒரு புள்ளியில் அகன்றுவிட
எந்தக் கனவு நம்மை அனுமதித்திருக்கிறது?

♦

31

அவர் தந்த கனி அது.
உண்ணச் சொன்னார்.
இரண்டு மூன்று கடியை
சுவைக்கும் வரை காத்திருந்தார்.
'இனிக்கிறதா?' என்று கேட்டார்.
இனிக்கவில்லை.
'புளிக்கிறதா?' என்று கேட்டார்.
புளிக்கவில்லை.
'எனில், கசக்கிறதா?' என்று கேட்டார்.
கசக்கவும் இல்லை.
'சரி, கொட்டையைத் துப்பு'
சொல்லிவிட்டு, அவர் போய்விட்டார்.

32

ஒரு பழங்கால நிழல்
ஒரு நிகழ்கால வெயில்
சரிந்தபடி நகர்கிற என்மேல்
ஒரு கோபுர உச்சி.

♦

33

ஒரு பறவை என்றால் எடையற்றது என்று ஒரு கற்பிதம்.
இவ்வளவு அளவில் பெரிய ஒன்று
என் புறங்கையில் வந்து அமரும் என்பதும் எதிர்பாராதது.
ஒரே ஒரு முறை அதை நீவினேன்.
அதற்கே காத்திருந்தது போல் அது பறந்தது.
அதனுடைய எடையுடன்
என்னுடைய எடையையும் தூக்கிப் போய்விட்டிருந்தது.

♦

34

ஒரு பெருங்கரிய மேகத் திரள்
அந்த வீட்டின் முன் ஜன்னல்வழி
நுழைவதைப் பார்த்தேன்.
பின் ஜன்னல் வழியே
அது வெளியேறிவிடும் என நினைத்தேன்.
இல்லை, உள்ளேயே தங்கிவிட்டது.
நனைந்து வழியும் பாசிநிறச் சுவரைப் பார்த்தபடி
கொட்டித்தீர்க்கும் மழையில்
பலா மரத்தின் அடியில் நிற்கிறேன்.

▲

35

வைக்கோல் போர் போல்
என் பக்கம் குவித்தார்கள்.
உன் பக்கத்தில் இருப்பதை
ஒரு துரும்பு விடாமல்
உனக்கு எதிர்ப்பக்கத்தில்
சேர்க்கவேண்டும் என்றார்கள்.
வேறு ஒன்றும் செய்யவில்லை.
எழுந்து நான் மட்டும்
எதிர்ப்பக்கம் போய்ச் சேர்ந்தேன்

♦

36

ஆளற்ற கோவில் பிரகாரத்தில்
தனித்தேகி நிற்கிறாள்
பெருந்தட முலையுடன்
கருந்தடங்கண்ணி.
உண்ணாழிச் சரவிளக்கில்
ஒளிர்கிறது
உருவாய் ஒரு அரு.
உயிர் முளைத்துப் பறக்கிறது
கல் தூண் கிளி.

♦

37

எல்லாப் புறாக்களும் என்
உள்ளங்கைத் தானியங்களைக்
கொத்திப் பறந்தன.
கையிலிருந்து தரையில் சிந்திய
தானியங்கள் மேல் சில நடந்தன.
ஒன்றே ஒன்று மட்டும்
என் தலைமேல் அமர்ந்து
'இப்படி எவ்வளவோ பார்த்தாயிற்று' என்று
அசையாதிருந்தது

38

மலைக்கோவில் அடிவாரம்.
தாழ் மரக் கிளை ஒன்றில் அமர்ந்திருந்தவர்
குதித்திறங்கி வந்து
யாசகம் கேட்டார்.
எதுவும் இடவில்லை, கை விரித்து உதறினேன்.
அவர் மீண்டும் போய்
அதே மரத்தின் கிளை அமர்ந்து
தன் உடலைச் சமன் செய்தார்.
முழங்கால்கள் அசைந்தசைந்து உந்தின
ஒரு மாய ஊஞ்சலை

♦

39

நேற்றைய கோலத்தை
தென்கிழக்கு மூலையிலிருந்து
வெயில் கடித்துத் தின்றுகொண்டு இருந்தது.
எங்கிருந்து வந்தது இந்தக் கருப்பு நாய்?
இந்த மெலிந்த மைனாவுக்கு இங்கென்ன வேலை?
கருப்பன் மெலியனைப்
பாசாங்காகக் கடிக்க விரட்டியது.
மெலியன் பாசாங்காகக்
கருப்பனிடமிருந்து தப்பித்து ஓடியது.
இதற்குள் கோலத்தை
வெயில் தின்று முடித்திருந்தது மெய்யாகவே.

♦

40

விரட்டவே முடியவில்லை
நெற்றிக் கண்ணில்
வந்து வந்து அமரும்
நிம்மதியற்ற ஈயை.

♦

41

தூணில் சாய்ந்து நிற்கிற அவள்
தூணை அழகாக்குகிறாள்.
படித்துறையில் கால் தொங்கவிட்டு அமர்ந்திருப்பவன்
நதியை அழகாக்குகிறான்.
குடையிருந்தும் நனைந்து செல்லும் சிறுமி
மழையை அழகாக்குகிறது.
எதையேனும் செய்து
ஏதாவதை அழகாக்க
எனக்கு முடிந்தால், நல்லது.

♦

42

ஒன்றிரண்டைத் தான் சொல்ல முடியும்.
மியாவ் என்ற உச்சரிப்பு அடிக்கடி திணறும் அளவுக்கு
ஞாபக மறதி வர வரக் கூடுதல்.
உடம்பின் சாம்பல் கோடுகள்
தரையில் உதிர்ந்து கிடக்கின்றன.
கார்த்திகைச் சுடுமண்களில் எரியும் சுடரை நோக்கி
நக்கிக் குடிக்கிறது.
தட்டில் வைத்த அயிரை மீன்களை
ஒதுக்கிவிட்டு
படித்துறைக்கு ஓடிப்போய்
ஆற்றைப் பார்த்துக்கொண்டு
தனியாக உட்கார்ந்திருக்கிறது.
காற்றும் மழையுமான குளிர் இரவில்
'என்ன வெயில், என்ன வெயில்' என்று
என் படுக்கை அறையைச் சுற்றி வருகிறது.
நிலைக் கண்ணாடியில் பார்க்கும்
அதன் உருவத்தின் மேல் பாதத்தால் ஓங்கி அறைகிறது.
நான் அடிக்கடி கேட்கும்
அந்தப் பாடகியின் புகைப் படத்துக்கு
இன்று தீயிட்டுக் கருக்க முயல்கிறது.
இத்தனை காலமாக
என் மடியில் போட்டு வளர்த்த பூனைதான்.
இப்போது அப்படிச் செய்யத் தயக்கமாக இருக்கிறது
தொடை இடுக்கில் இருப்பதைக்
கடிக்கும் தூரம் அல்லவா அது.

43

மிக வடக்குப் பயணத்தில்
மரத்தடியில் உதிர்ந்து கிடக்கும்
பறித்தலில் சேகரிக்கப்பட்டிருக்கும்
ஆப்பிள்களைப் பார்த்தேன்.
என் உள்ளங்கையில் வைக்கப்பட்ட ஆப்பிள்
இதுவரை உண்ட
எல்லா ஆப்பிள்கள் நினைவையும் அழித்துவிட்டது.
ஆப்பிள் என்பது ஆப்பிள் மரத்தடியில் காண்பதே.

●

கல்யாண்ஜி

44

தலையணைக்கு அருகில்
புத்தகங்களை வைத்துத் தூங்குகிறவன் அருகில்
குளிர்கால வெதுவெதுப்புக்குப்
பூனை சுருண்டு படுத்ததை அவன் அறியவில்லை.
உள்வாங்கிய கடலின் கரையில் நிற்கிற கனவு வந்தது அவனுக்கு.
அலையரித்த குடைவுப் பாறை ஒன்றில்
கால்மேல் கால் இட்டுப் படுத்துப்
புத்தகம் வாசித்த பூனை
அவனுடைய கண்ணாடியை அணிந்திருந்தது.
மூத்திரக்காய் அழற்சிக்கான மாத்திரையை
வறுகடலை போலச் சாப்பிடும் அதன் தலைமாட்டில்
பறந்துகொண்டிருந்தன
திரிவேணி சங்கமத்து ஆலாப் பறவைகள்.

◆

45

நடமாட்டமே அற்ற வெற்றுத் தெருவில்
விரட்டபட்டது போல ஒரு எலி ஓடிக்கொண்டு இருந்தது.
எந்தத் தடங்கலும் இல்லை.
ஏதோ ஒரு மாயக் கை
திறந்துவைத்த பத்தயத்தை நீட்டிய திகைப்பில்,
நின்று,
இடவலம் தலை திருப்பி, வயிற்றில் மூச்சு உப்பல் உண்டாக்கி
மறுபடி அதே திசையில் ஓடுகிறது
எலியாக இருக்கிற உணர்வை உதறவே முடியாமல்
வாலோடு இழுத்த படி

46

உள்ளங்கைக் கூழாங்கள்
நீர் போல் குளிர்ந்தது.
அள்ளிய நதிப்புனல்
கல் போல் கனத்தது.
பஷீர் சொன்னது சரி
'ஒன்றும் ஒன்றும் சேர்ந்தால்
பெரிய ஒன்று'.

💧

47

உணவு விடுதிகளில்
குழந்தைகளுக்கு வசதியான உயரத்தில்
கைகழுவு தொட்டி வைத்திருக்கிறார்கள்.
தொட்டி மட்டத்திலிருந்து
நீண்ட ஒரு உச்சித் தண்டில் பூக்கிறது லிலிப் பூ
அதே அவர்களுக்காக.

💧

48

அடுத்த தெரு 19ஆம் எண் வீட்டு மனிதரைப்
பார்க்க வந்தவர் அவர்.
தவறுதலாக எங்கள் வீட்டு 19க்கு
வழிசொல்லி இருந்தார்கள்.
நந்தியாவட்டை பூ மரம்
எங்கள் வீட்டிலும் இருப்பதால்
நான் தான் அவர் தேடிவந்தவர் என்ற நம்பிக்கை அவருக்கு
வங்கி ஊழியன் என்று சொன்னதை நம்பவில்லை.
கல்லூரிப் பேராசிரியர் தானே நீங்கள் என்றார்.
'உங்கள் வீட்டுப் பூனைக் குட்டி பாடுவதை
ஒரே ஒருமுறை கேட்டுவிட்டுப் போய் விடுவேன்'
மிகவும் கெஞ்சினார்.
பதில் ஒன்றும் சொல்லவில்லை.
அடுத்த தெரு 19க்கு
அவரைக் கூட்டிப் போனபடி இருக்கிறேன்
பூனையின்பாடலை நானும் கேட்க.

49

முன்னால் பாதி உடல், முதுகில் பாதி உடல் கிடக்க
யாரையோ தோளில் தூக்கிப் போவது போல,
யாருடைய கையோடு கையையோ
பக்கவாட்டில் பின்னி நடப்பது போல,
ஒரு நிறை சூலி என் மடியில்
தலை வைத்து அழுவது போல,
யாரும் அருகற்ற நோய்மைக் கட்டிலில்,
அசையும் திரைச்சீலையைப் பார்த்துக் கிடப்பது போல,
நான் விசிறும் தானியத்தை
ஒரு புறா மட்டும் பிடிவாதமாகத் தவிர்ப்பது போல,
மூன்று கல் கூட்டி ஆற்றோர மண்டபத்தில்
நான் செய்த சமையல் கவளத்தை
ஒரு கிழட்டு நாய் எதிர்பார்த்து நிற்பது போல,
கோபுரத்தின் உச்சி விதானத்தில் இருந்து
தாமரைக் குளத்துக்குள் குதிப்பது போல,
படித்துறை இசக்கியம்மன் சுடுமண் பொம்மைகள்
ஓடி ஓடி எனக்கு நாவல் பழம் பொறுக்கித் தருவது போல,
கைவிடப்பட்ட தேரின் மைதுனச் சிற்பங்கள்
இருட்டில் சிரிப்பது போல,
இரண்டு பாகம் உள்ள மீனின் தலையையும் வாலையும்
நான் அகலப் பிடித்திருக்கையில் உதறுவது போல,
மஞ்சள் சிவந்தி என ஆயிரம் சிற்றிதழ் அடுக்கின
ஒரு ஒளிப் பூ உருப்பெருக்கியபடியே நிறைப்பது போல இருக்கிறது
சில கவிதைகளை வாசிக்கும் போது
சில கவிதைகளை எழுதும் போது.

50

என்னுடைய சிநேகிதி
எப்போதும் என்னிடம்
“சரியா போகும்” என்பார்.
நான் இப்போது எல்லோரிடமும்
“நல்லா இருங்க” என்கிறேன்.
இரண்டும் அநேகமாக ஒன்று தான்.
ஒரு சின்ன வித்தியாசம்.
அது போவதைப் பற்றியது.
இது இருப்பதைப் பற்றியது.

51

அடுத்தடுத்து
ஒவ்வொருவராக
எல்லோர்க்கும் பைத்தியம் பிடித்துவிட்டது.
எல்லோர்க்கும் பைத்தியம் பிடித்துவிட்டது என்று
ஒருவர்க்கொருவர் தெரிந்துவிட்ட
ஒரு கட்டத்தில்
மற்ற எல்லோர்க்கும்
பைத்தியம் தெளிந்துவிட்டது.
நான் மட்டும் நடித்துக் கொண்டு இருக்கிறேன்
இன்னும் பைத்தியம் போல..

♦

52

'இந்தக் காம்பில்
இந்த இலைக்கு அடுத்து
அடுத்த இலையை விட வேண்டும் தெரியுமா?'
தண்ணீர் ஊற்றுகிறவர் செடியிடம்
கட்டளை இட்டுக்கொண்டிருந்தார்.
செடி ஒன்றுமே சொல்லவில்லை.
வெயிலையே பார்த்தபடி இருந்தது.
மறுநாள் அவர் திட்டிக் கொண்டு இருந்தார்
'சொல்லாத இடத்தில் சொல்லாத துளிர்களை'
அது விட்டிருப்பதற்காக.
அப்போதும் அது ஒன்றுமே சொல்லவில்லை.
வெயிலையே பார்த்துக்கொண்டு இருந்தது.

53

ஒரு மருத்துவ மனைக் காத்திருப்பிடத்தில்
அது ஒரு அபூர்வம்.
இடப்புறம் இருந்த பெரியவர்
சுட்டுவிரல் நீட்டிக் காட்டினார்.
முன் வரிசை நாற்காலிக்குக் கீழ் கிடந்தது
ஒரு சிவப்பு ரப்பர் வளையல்.
கண் கலங்க அவரைப் பார்த்தேன்.
என் தோளை நகம் பதிய இறுக்கினார்.
எங்கள் இருவரிடமும்
இருதய நோய்மைச் சோதனைக்கான
டோக்கன் நம்பர்கள் இருந்தன.

♦

54

உயர வீசி, உயர வீசிப்
பந்தைப் பிடித்துக் கொண்டிருந்த பதின்மி
ஒரு முறை அதிக உயரத்திற்கு வீசிவிட்டாள்.
பந்து கீழிறங்கி வரும்வரை
விரித்திருந்த இரண்டு கைகளிலும் வைத்திருந்தாள்
ஒரு உருண்டையான சந்தோஷத்தை.

♦

55

ஆடி வெள்ளிக் கருக்கலில்
அரளிப் பூ வாசனை
காட்டமாகக் காற்றில்.
நேற்றுப் பூத்ததில் இருந்து
இன்று பூத்தவைக்கு நகர்ந்து
நாளை பூக்க இருப்பவைக்குள்
புகுந்து கொண்டிருக்கிறாள்
பேராத்துச் செல்வி.

♦

56

இது இன்னொரு புராதனக் கோவில்.
இது இன்னொரு புராதனக் கல் மண்டபத் தாழ்வாரம்.
வேகமே அற்ற நடையில்
நகர்ந்து போகும் புராதனப் பூனை
அதே தான்.

57

சந்திப் பிளையார் கோவில் சிறியது.
சந்திப் பிள்ளையார் கோவில் கோபுரம்
அதனினும் சிறியது.
சந்திப் பிள்ளையார் கோவில் கோபுரத்தில்
அமர்ந்திருக்கும் ஆந்தை
அனைத்தினும் சிறியது.
சாயரட்சை பூசை மணியோசையிடை
வணங்கினேன்
அனைத்தினும் சிறியதை.

58

உணவு தானியக் கிட்டங்கியின் பாதையில்
இருக்கிறது ரேஷன் கடை.
இந்த மாதத்திற்கு உரியதை வாங்கி வந்து கொண்டிருந்தவர்
தபலா பட்டுராஜனின் தாயார்.
தரையில் அசைந்து கொண்டிருந்த
சாம்பல் புறாக்கள் மேலே பறந்து எவ்வின.
பட்டுராஜனின் தாயார் ஒரே ஒரு கணம்
வலது கையை உயர்த்தினார்.
மணிக்கட்டுக்கு மேல், மொக்கிட்ட விரல்களை விரித்து
பழைய சினிமாப் பாடல் காட்சி நாயகியாக
இடுப்பை அசைத்து,
பூக்கள் மலர்வதை அபிநயித்தார்.
அந்தரத்தில் பறந்து கொண்டிருந்த
புறாக்களின் அலகில் எல்லாம்
ஒவ்வொரு பூ இப்போது.

♦

59

மருந்துக்குக் கூட
இலையில்லை, பூவில்லை.
விரி கிளையின் நுனிச் சுள்ளியில்
ஒரு பறவை.
இடைவிடாமல் கூப்பிடுகிறது.
இடைவிடாமல் பாடுகிறது.
இடைவிடாமல் புகார் செய்கிறது.
இடைவிடாமல் தொழுகிறது.
இடைவிடாமல் எச்சரிக்கை செய்கிறது.
இடைவிடாமல் போதிக்கிறது.
இடைவிடாமல் செய்ய
இலையோ பூவோ தேவையில்லை.
இடைவிடாமை போதும்.

60

எல்லாப் பறவைகளும் வானத்தில் பறக்கின்றன.
ஒவ்வொரு பறவைக்கும்
அதனதன் மைதானம் ஒன்று உண்டு வானத்தில்.
அதன் மைதானத்துக்குள் அது பறக்கும் போது
அந்தப் பறவைகள் சிறகடிப்பதே இல்லை.
மிதக்கின்றன அப்படியே.

♦

61

அந்த ஊருக்கு நான் போக வேண்டும்.
இங்கிருந்து எவ்வளவு தொலைவு
என்று சொல்லியது
கருப்பெழுத்தில் பெரிய எண்கள்.
'அதையும் தாண்டிப் போ'
என்று எழுதப்பட்டிருப்பதை
நான் மட்டும் வாசித்தேன்.

♦

62

என் பிறந்த நாள் தான் இது.
எனக்காக, என்னைச் சுற்றி
ஏனையோரும் பிறந்துளாரே.
இந்த மரக் கிளையை அசைக்கும் காற்று
எல்லா மரங்களையும் தொட்டசைத்துவிட்டு
வேறு எங்குறும்?

♦

63

குதித்துக் குதித்துப் போய்க்கொண்டு இருக்கிறது
ஒற்றை மைனா.
குதித்துக் குதித்துப் போய்க்கொண்டு இருக்கிறது
இந்தச் செவ்வாய்க் கிழமை.
முழுச்சாக்குக்குள் கால்கள் நுழைத்து
இப்படிக் கொஞ்ச தூரம்
குதித்துக் குதித்துப் போவது நல்லது

♦

64

வலியற்று உடனே கொல்லும் என்றே
நச்சுப் பூச்சியை அவன் மணிக்கட்டு நரம்பின் மேல் விட்டோம்.
ஒரு கிளிக்குஞ்சு அமர்ந்திருப்பதாக
முகமருகே கை உயர்த்தி
அதன் ஊர்தலை ரசித்தபடி இருக்கிறான்.
பருத்த அவனுடைய கண்கள்
ஆனந்தத்தில் மினுங்கி
நீர் பூசி நிறைகிறது.
ஒரு இணை விழையும் நடனம் போல்
நெளிந்தூர்ந்து
நீலமகற்றி ஒரு ஒளிர்பச்சையுடன்
அசையாதிருக்கிறது பூச்சி
கொல்லாமைத் தவம் இயற்றி.

65

தெருவின் பெரும்பகுதியை
மஞ்சள் மெத்தையிட்டு மூடும்
பெருங்கொன்றை இந்த வருடம் பூக்கவே இல்லை.
பூக்காமல் தீராது.
எல்லாப் பூவையும் உள்ளேயே பூத்திருக்கும்.
உள்ளே பூத்து, வெளியே உதிர்க்காமல் இருப்பது
வாதை அல்லவா.
உள்ளே பூக்கத் தெரிந்த பின்
வாதையும் ஒரு மஞ்சள் மலரே.

66

அப்பு என்று தான்
அவனை எல்லோரும் கூப்பிடுகிறார்கள்.
நூற்றுக்கணக்கில் தட்டான்கள் பறக்கிற காலை.
அப்பு மஞ்சள் நிற டென்னிஸ் பந்துகளை
பொறுக்கிப் போடுகிறான்.
போஸ் டாக்டர் ரொம்ப நல்லவர்
ஆனால் டென்னிஸ் அவருக்கு வரவே வராது.
எல்லாப் பந்தையும் அவர் தவற விட்டுவிட்டு,
ஒரு கெட்ட வார்த்தை சொல்லி, அதிரச் சிரிப்பவர்.
இந்தப் பந்தும் தடுப்பு வலையில் தட்டி
புல் கற்றையில் உருண்டு ஒளிந்தது.
அப்பு குனிந்து தேடுகையில்
மஞ்சட் பந்து மேல்
கண் பிதுங்கிய ஒரு பெரிய தட்டான்.
போஸ் டாக்டர் சொல்லும்
அதே கெட்ட வார்த்தையை
அப்பு ஒருதடவை சொன்னான்.
அப்புறம் தட்டான் பிடிக்க ஆரம்பித்தான்.

67

பறித்த நட்சத்திரங்களை
நந்தியாவட்டைச் செடியில்
ஒட்டவைக்கலாம் என
மேலே இருந்து
இறங்கிக் கொண்டு இருந்தேன்.
நந்தியாவட்டைப் பூக்களைப் பறித்து
நட்சத்திரங்களிடையே பதித்து வைக்க
கீழே இருந்து
ஏறிக்கொண்டு இருந்தது
சத்தம் காட்டாமல் காற்று.

68

நான் உங்களைப் பார்த்துச் சிரிக்கவில்லை
என்ற பராதி உங்களுக்கு.
அதில் என் தவறு ஒன்றுமில்லை.
என்னிடம் ஒரு பெரிய சிரிப்பும்
ஒரு சின்னச் சிரிப்பும் இருக்கின்றன.
அவர்கள் எப்படியானவராக இருக்கிறார்களோ
அதற்கு ஒப்ப, ஒரு சின்னச் சிரிப்பை
அல்லது பெரிய சிரிப்பை
அவர்களிடம் கொடுத்துவிடுகிறேன்.
நான் எந்தச் சிறிய, பெரிய சிரிப்பையும்
உங்களுக்குத் தந்திராவிட்டால்
என்னைப் பற்றி அல்ல, உங்களைப் பற்றியே நீங்கள்
கவலைப்பட வேண்டும்

69

முங்கு நீச்சலில் போய்
ஆற்றுக்குள் மறைந்து
அங்கங்கே
ஆற்றுப் பரப்பில் முளைத்து
தலை தூக்கி
முகம் வழித்து நீர் துடைத்துச்
சிரிக்கிறாள் நாச்சியார் அத்தை.
பூக்கப் பூக்கப் பறித்தும்
ஒரு பூ பூக்கிறது புனல் காடு.

♦

70

எப்போதாவது
ஒருமுறை பழுக்கும் பழம் பழுத்திருக்கிறது.
பறிக்கவில்லை.
மீண்டும் எப்போதாவது
இன்னொரு பழம் பழுக்கும் போது
இந்தப் பழத்தைப் பறித்துக் கொள்வேன்.
அதுவரை இந்தப் பழம் எப்படி இருக்கும்?
எப்போதாவது பழுக்கும் பழத்திற்கு ஒன்றும் ஆகாது.
அது எப்போதும் பழுத்தே இருக்கும்.

♦

71

எப்படியாவது தப்பித்துவிட வேண்டும்
என்று நினைக்கையில்
எப்படியோ நம்மைத் தப்பிக்க விட்டு விடுகிறார்கள்.
அப்புறம் அவசரமாக
வெற்றுக் கூண்டைப் பற்றி
ஒரு தட்டையான கவிதை எழுதுகிறார்கள்.

♦

72

இன்று எனக்கு நல்ல நாள் போல.
இன்று எனக்கு மோசமான நாள் போல.
ஏன் இப்படிச் செய்கிறீர்கள்?
ஒருமுறை வைத்துக்கொண்டு
தனித்தனியாக வரலாம் அல்லவா?

🌢

73

குமிழிகள் மேல்
வானவில் இருக்கிறது.
குமிழிக்குள்
'ஒன்றுமில்லை' இருக்கிறது.
குமிழிகள் தானே உடைவதெல்லாம்
உனக்கு 'ஒன்றுமில்லை'யைக் காட்டத்தான்.

🌢

74

எருக்கு விதைக்கு எல்லாத் திக்கிலும் சிறகு
எருக்கு விதை காற்றில் மிதக்கிறது.
எருக்கு விதை வெயிலில் மினுங்குகிறது.
எருக்கு விதை எஸ்.டி.சி சாலை தாண்டித்
தரை இறங்குகிறது.
எருக்கு விதை பொதிகை நகர் காலி மனையில்
முளைத்துவிட்டது.
எருக்கு விதை இப்போது
சாம்பல் பூத்த கருநீலப் பூங்கொத்து.
என்னைக் காற்றால் தூக்க முடியவில்லை
தொப் தொப்பென்று
இதே இடத்தில் போட்டுவிடுகிறது
நான் தான் காற்றைத் தூக்கிக்கொண்டு அலைகிறேன்
77 வருடங்களாக.

75

அது ஒரு மகத்துவம்.
அது ஒரு ரகசியம்.
இன்றைக்கும்
நீங்கள் பார்க்கும் முன்பே
பூத்துவிட்டது
நீங்கள் பார்த்துக்கொண்டு
இருக்கும்
இன்னொரு பூ.

◊

76

இப்போது கிழிந்த குடைகளை யாரும் தைப்பதில்லை.
இப்போது பூட்டுக்குச் சாவி யாரும் போடுவதில்லை.
இப்போது இரண்டு செல் டார்ச்
யாரும் உபயோகிப்பதில்லை.
இப்போது மூக்குக்கண்ணாடிக்குக்
காதுகளை யாரும் பழுதுபார்ப்பதில்லை.
இப்போது பெட் ரோமாக்ஸ் கண்ணாடிச் சில்லு பொருத்த
யாரும் வருவதில்லை.
இப்போது தேரடியில் அவர்
இறந்த காலத்தின் நிழலில் உட்கார்ந்திருப்பதில்லை
எல்லோரும்
இப்போது எனும் தேரை
இப்போதின் வடம் பிடித்து
இழுத்துக்கொண்டு போகிறார்கள்
இப்போதின் ரதவீதிகளில்.

◆

77

அந்தரத்தில் முறுக்கேறியிருக்கிறது கயிறு.
ஆளுக்கொரு கயிற்றைப் பிடித்து
மேலேறுகிறார்கள்.
நான் பாட்டுக்கு
ஆலம் விழுதில் தொங்கி
ஆடிக்கொண்டு இருக்கிறேன்.

♦

78

இவர் நொறுக்குவது போல்
அணைக்கிறார்.
அவர் அணைப்பது போல்
நொறுக்குகிறார்.
எந்தக் கவசமும் அணியாத
என் பாடு பெரும் சங்கடம்.

♦

79

எப்போதும் சுருட்டுப் பிடிக்கும் தாத்தாவின் பெட்டிக்கடை
சாதிக்காய்ப் பலகைகளால் ஆனது.
உட்கார இடம் இல்லாமல் நின்றபடி வியாபாரம் செய்வார்.
மதிய உணவுக்குப் பின்
கடலை உருண்டையும்
தாத்தாவின் கெட்ட வார்த்தைகளும் சாப்பிடுவேன்.
தாத்தா கடையில் சுவர் முட்டி விற்பதாக
சோணை சொன்னான்.
பெண் விவகாரத்தில் தாத்தாவை
நாரைக்கிணற்றுக்காரர்கள் வெட்டித்தள்ளி விட்டார்கள்.
அடைத்தே கிடந்த பெட்டிக்கடை
மழையில் நனைந்து கொண்டிருப்பதை
ஒரு ராத்திரி பார்க்க என்னவோ செய்தது.
வேறு ஜோலியாக இன்று அந்தப் பக்கம் போனேன்.
பெட்டிக்கடை மேல் கூரையில்
இரண்டு மூன்று வேப்பங்கன்றுகள் நின்றன.
ஒன்று கடலை உருண்டை பாட்டிலுக்குள்
கை விடுவது போல
கொஞ்சம் வளைந்திருந்தது.

▪

80

பின்னிரவு உணவு விடுதி மேஜை.
பயணச் சாலையை விட்டு இடை விலகிய
ஒளிர்முகம் எல்லோரிடமும்.
சிறுவன் அவனுடைய மீன் ஜாடியையும் கொண்டு வந்திருந்தான்.
சிறு சிறு உணவுக் குளிகைகளை மீன்களுக்கு இட்டான்.
பொரித்த உருளைக்கிழங்கு விரல்கள்
அவனுக்குத் தாமதமாகவே பரிமாறப்பட்டது.
அதுவரை அவன் ஜாடிக்குள் நீந்திக் கொண்டிருந்தான்.
குளிகை உணவு அலுத்த ஒரு சேட்டைக்கார மீன்
ஜாடிச் சுவரில் வினோதமாக உதடு விரித்து முட்டியது.
உருளை விரல்கள் வேண்டும் வேண்டும் என்று
அது கேட்பதாக
சிறுவன் துல்லியமாக டப்பிங் பேசத் துவங்கியிருந்தான்.

▪

81

தன் வீட்டு வாசலில் ஒசிந்து நிற்கும் பெண்
எதிர்வீட்டுத் தீக்கொன்றை மரக்கிளையில்
உட்கார்ந்திருக்கும் நெடுமயிலைப் பார்க்கிறாள்.
தன்னைப் பார்க்காமல்
நான் அவளையே பார்ப்பதில் மயிலுக்குக் கடுப்பு.
விளையாட்டைக் கலைக்கிற உத்தியில்
மயில் பறந்து இடம் மாறுகிறது.
நான் கண்களை மூடிக்கொண்டேன்.
வாசலில் நின்ற பெண்
இப்போது தீக்கொன்றைக் கிளைக்குப்
பறந்துகொண்டு இருந்தாள்.

🌢

82

இன்று காலையிலிருந்து
'சாம்ஸன், சாம்ஸன்' என்று
சொல்லிக்கொண்டு இருக்கிறது மனம்.
சாம்ஸன் 'சத்யன், சத்யன்' என்று
சொல்லிக்கொண்டு இருக்கலாம்.
சத்யன் 'மிஷ்கின், மிஷ்கின்' என்றும்
மிஷ்கின் 'இளையராஜா, இளையராஜா' என்றும்.
கர்த்தாவே, எல்லோர்க்கும் சொல்லிக்கொள்ள
இன்னொரு பெயரைக்
காலையிலேயே கிடைக்கப் பண்ணும்.
அதனினும் கூடுதலாக ஆண்டவரே,
என்னுடைய பெயரை
நானே சொல்லிக்கொள்ளும் வாதை
என்னை அணுகாதிருக்கக் கூடாரம் தாரும்.

🌢

83

எல்லாப் பாத்திரங்களின் வசனமும்
எனக்கு மனப்பாடம்.
என்னதான் நீங்கள் சொன்னாலும்
எல்லாப் பாத்திரங்களாகவும்
நான் நடிக்க மாட்டேன்

♦

84

மிகவும் மனம் தளர்ந்திருந்த என்னைத்
தூக்கிக்கொண்டு போய்
தட்டோட்டியில் மல்லாந்து படுக்க வைத்தேன்.
இரண்டு கைகளையும் பின் தலையில் கோர்த்து
வானம் பார்த்தேன்.
எப்போதும் அதிகம் மினுங்கும்
ஒரு நட்சத்திரம் இருக்குமே
அதை ஒதுக்கிவைத்தேன்.
மிச்சமிருக்கும் அத்தனையையும் பறித்து
என் மேல் அள்ளிப் போட்டுக்கொண்டேன்.
நட்சத்திரங்களுக்கு மதுரமான கசப்பு வாசனை என்று
நான் சொன்னால் நீங்கள் நம்ப வேண்டும்.

♦

85

ஒரு திருவிழா பலூனைப் போல
சந்தோஷத்தைக் கையில் வைத்திருந்தேன்.

ஒரு பிறந்த நாள் பலூனைப் போல
சந்தோஷத்தை ஊதி நிரப்பினேன்.

ஒரு ஹைட்ரஜன் பலூன் கொத்தைக்
கடற்கரையில் பறக்கவிட்டேன்.

திருவிழா, சந்தோஷம், கடல்
எப்போதும் மூன்றும் இருப்பது
பலூனுக்கு வெளியே.

💧

86

முதலில் அந்த மரத்தின் முன்னால்
அவள் நிற்பதாக
வரையத் துவங்கினேன்.
இப்போது அவள் பின்னால் மரம் இருப்பதாக
வரைந்து கொண்டு இருக்கிறேன்.
மரம் அதே இடத்தில்தான் நிற்கிறது.
எந்த மறுப்பும் இன்றி
தன் முன் பின்னை அது விட்டுக்கொடுத்திருந்தது.

87

உறை பனியின் கற்கண்டுகளை
அள்ளி
ஒருவர் மேல் ஒருவர் எறிந்து விளையாடுகிறார்கள்
சிறுவனும் சிறுமியும்
என் கம்பளி ஆடையில் விழுந்து தெறிக்கிறது துகள்.
கையில் அள்ளி அள்ளிப் பனிப் பொம்மை செய்கிறான்
அந்தத் தகப்பன்.
என்னைப் போலவே இருக்கிறது
முலைப் புடைப்புகள் தவிர.
சறுக்கு வண்டி இழுக்கும்
மான் கொம்புக் கிளைகளில் அமர்ந்திருக்கிறது
ஒரு பனியில் திரண்ட சிறு குருவி.
இலைகளற்று நிற்கும் மரங்களிடம் போய்
முழுவதுமாக அப்பிக்கொள்கிறேன் என்னை.

●

88

ஆடும்போது தன்னை மறந்து ஆடுகிறீர்கள்.
பேசும் போது தன் ஞாபகத்துடன் மட்டுமே பேசுகிறீர்கள்.
உங்களைப் படம் எடுக்கும்
எனக்கு
எவ்வளவு கடினமானது
உங்களுக்கும் உங்களுக்குமான
அவ்வளவு பெரிய பள்ளத்தைத் தாண்டுவது .

🌢

89

"சின்ன வயதில் பார்க்கும் போது
இந்தக் கோபுரம் ரொம்பப் பெரியதாக இருந்தது"
"இப்போது என்ன? கோபுரம் சின்னதாகிவிட்டதா?"
"நான் ரொம்ப ரொம்பச் சின்னதாகிவிட்டேன்"

🌢

90

நேற்றுப் போல இருக்கிறது.
அதற்குள்ளா ஒரு வருடம் ஆகிவிட்டது?
நேற்று என்று சொன்னாலே
ஒரு வருடம் அல்ல.
பல வருடங்கள்.

♦

91

கடைசியாக எப்போது பேசினார்?
கடைசியாக யாரிடம் பேசினார்?
கடைசியாக என்ன பேசினார்?
கடைசியாக என்ன சொன்னார்,?
மாற்றி மாற்றிக் கேட்டுக் கொள்கிறார்கள்.
நான் கண்ணாடிப் பெட்டியில்
குளிர்ந்திருப்பவரையே பார்க்கிறேன்.
அவர் என்னிடம் எதுவும் பேசவில்லை.
என்னிடம் எதுவும் சொல்லவில்லை.
கடைசிக்கு முன்பும் சரி.
கடைசிக்குப் பின்பும் சரி.

♦

92

ஒரு இறந்த குழந்தையின் முகத்தைப் பார்த்து
அதிக காலமாயிற்று.
டென்னிஸ் கோர்ட் பக்கம் அடிபட்டுக் கிடக்கும்
இந்தப் பறவையின் கழுத்து
பக்கவாட்டில் திரும்பியிருக்கிறது.
உயரத் தூக்கிய கால்கள்
என்னைத் தூக்கு என்று கைகளை விரிக்கிறது.
மல்லாந்த அடிவயிற்றில்
ஒரு களங்கமற்ற தொப்புள் குழியின்
ஞாபகம் உண்டாகிறது.
எங்கோ யாரோ நெஞ்சில் கட்டின தாய்ப்பாலை
பொக்கை விழுந்த செங்கல் சுவரில்
பீச்சிக்கொண்டு அழுகிறார்கள்.

▪

93

அவன் உரக்க வேண்டிக்கொள்கிறவன்.
'கடவுளே உன்னைக் கும்பிடுகிறேன்.
வலிகள் வராமல் என்னைக் காப்பாற்று'
வலி தூரத்தில் இருந்து சிரித்தது.
அவனுக்குத் தாங்க முடியாத வலி வந்தபோது மன்றாடினான்.
"வலியே உன்னைக் கும்பிடுகிறேன்.
வாதையிலிருந்து என்னை வெளியேற்று".
கடவுள் பக்கத்திலிருந்து சிரித்துக்கொண்டு இருந்தார்.

94

நடனமாடத் தெரியாது என்ற கூச்சத்தில்
எத்தனை நடனங்களை நான்
ஆடாது போனேன்.
பாட வராது என்ற தயக்கத்தில்
எத்தனை பாடல்களை நான்
பாடாது இருந்துவிட்டேன்.
நான் அடிக்காத நீச்சல்களையும்
சேர்த்துக்கொண்டு
என்னுடைய ஆறு கிட்டத்தட்ட
இப்போது கடலை நெருங்கிவிட்டது.

♦

95

எல்லோரும் அப்படித்தான் செய்வார்களா?
மிக உயரத்தில் இருக்கும் கோவிலுக்குரிய படிகளை
ஏறும் போது எண்ணவே இல்லை.
இறங்கும் போது
எண்ணிக்கொண்டே வருகிறேன்.
ஓரிடத்தில் கல்படிக் குழிவின்
மழைத் தேங்கலில் படுத்திருக்கும்
வெள்ளாட்டுக்குட்டியை
செல்லம் கொஞ்சுவதைக் கூட.

96

ஒரு புகைப்படம் எடுப்பவர்
சொல்வது போல
'சாதாரணமாகப் பார்ப்பது போல் பாருங்கள்'
யாரும் என்னிடம் சொன்னதில்லை.
நான் சாதாரணமாகவே
எல்லாவற்றையும் பார்த்துக்கொண்டிருக்கிறேன்,
சரியாகவும்.

♦

97

மெலிந்த பூனைகள் நடமாடும் அந்தத் தெரு
வங்கி ஊழிய முதியோர் அடுக்ககக் குடியிருப்பில் இருந்தது.
மேல் நிலைத் தண்ணீர் தொட்டியின்
துருப்பிடித்த ஏணியில்
ஏறவும் இறங்கவும் பயம் உண்டாகும் உயரத்தில்
அந்த மெலிந்த பூனைக்குட்டி
திகைத்து நின்று ஓயாமல் சத்தமிட்டது.
இரண்டு மூன்று பொரித்த குளத்து மீன் துண்டுகளின்
கருகின வாசம்
காற்றில் பரவும் படி
பீங்கான் தட்டை உயர்த்திப் பிடித்திருந்த முதியவள்
நடுங்கும் குரலில் 'வாஸ்.. வாஸ்' என்று
பூனைக்குட்டியை அழைத்துக் கொண்டு இருந்தாள்.
பூனைக்குட்டிக்கு,
தான் இப்போது அழைக்க விரும்பும்
பூனைகளின் கடவுள், எப்படி இருப்பார் என்ற சந்தேகம்.
தன்னை ஈன்ற சமயத்தில்
தான் ஒளித்துவைக்கப்பட்ட சணல் சாக்குகள் இருந்த
டி.வி அட்டை டப்பா நினைவு வந்தது.
கண்களை இரண்டு கீற்றுகள் போல் குறுக்கிக்கொண்டு
அது அந்த அட்டை டப்பாவில் குதித்தது.
பீளை சாடிய கண்களில் சிரிப்பு கசிய,
இரண்டு கைகளாலும் ஏந்திக் கொண்டவருக்கு
அதிகம் செலவழிந்து விடாத
சென்ற மாத ஓய்வூதியம் போல
அந்தப் பூனைக்குட்டி இருந்தது.

◆

98

அருகில் துளசிச் செடி
இருக்கிறவள்
என்று ஒரு வரியை மட்டும்
இப்போது எழுதிக்கொள்கிறேன்

என் நிலவெளியில்
இதுவரை இல்லா
துளசிச்செடியை
இக்கணம் நடுகிறேன்.

என் அருகில் இருப்பவர்களை
யாரை துளசிச்செடி அருகில்
வரவழைப்பது எனத் தீர்மானிக்கையில்

பத்திரப்படுத்திய
ஒருவரிக்குப் பின்னால்
துளசிமணத்துடன் வளரும்
ஒரு கவிதையின் மாடத்தைச்
சுற்றிவரத் தொடங்குகிறாள்
ஒருத்தி பின் முற்றத்தில்.

●

99

இந்த ஆற்றின் எல்லா மீன்களையும்
அடையாளம் சொல்லிவிடுவேன்
என்பதை நிறுத்து.
உனக்கு மட்டுமல்ல
யாருக்கும் அடையாளம் தெரியாத
மீன் ஒன்று
ஆற்றுக்கும் தெரியாமலே
ஆற்றில் நீந்திக்கொண்டு இருக்கிறது.

♦

100

இவர்
இரண்டு திருட்டுக்களுக்கு இடையே
ஒரு கவிதை எழுதுகிறார்.
அவர்
இரண்டு கவிதைகள் எழுதிவிட்டு
ஒரு திருட்டுக்குப் போகிறார்.
எனக்கு என்னவோ
அவரை விட இவரின்
செய்நேர்த்தி பிடித்திருக்கிறது.

♦

101

'நீங்கள் புதிதாகவே. இருக்கிறீர்களே.'
"ஒரு கரையான் புற்று எவ்வளவு பழையதென்று
உங்களுக்குத் தெரியாது."
'நீங்கள் பழையதாகவே இருக்கிறீர்களே'
"ஒரு ஐந்து தலை நாகம் எவ்வளவு புதியதென்று
உங்களுக்குத் தெரியாது.'
'நீங்கள் எப்படி வேண்டுமானாலும் இருக்கிறீர்களே'
'சாமியாடி நெஞ்சின் எந்த இடத்தில் விழுவோம் என்று
பந்தல் இடுக்கு வழி ஒழுகும் வெயில் சொட்டுகளுக்குத் தெரியாது.'

♦

102

அது சற்று வாழ்ந்து முடிந்த பசு.
புங்கை மர நிழலை
அதன் கீழ்த் தாடையில் கோணலாகக் கடித்திருந்தது.
நான் தடவிக் கொடுக்கப் போனேன்.'
'வேண்டாம் அது தூங்குகிறது' என்றார்கள்.
நான் அதன் தூக்கத்தைத் தடவிக் கொடுக்கிறேனே என்றேன்.
"வேண்டாம். அது கனவு காண்கிறது" என்றார்கள்.
நான் கனவுகளைக் கலைக்கத் தயங்கினேன்.
கிறங்கின கண்களைத் திறந்து அது
"பரவாயில்லை. நான் சும்மா தான் படுத்திருக்கிறேன்
யாராவது தொடுவதற்காக" என்றது.

♦

103

அதே சோப்புக் கரைசல்.
அதே ஊது குழல்.
அதே மூச்சுக் காற்று.
ஒரே ஒரு குமிழி மட்டும்
தன்னைப் பெரிதாக்கிக்கொண்டே போகிறது.
ததும்பித் தளும்புகிறது
ஊது குழல் நுனியில் தேன்கூடாகத் தொங்குகிறது.
தன் சுழியத்தை நெளித்து நடனம் இடுகிறது.
முழுக்கொப்புளத்தின் மேல் வானவில்லை வைக்கிறது.
அப்படியே இருந்து அவதானிக்கிறது.
தனிக்கோளமாகக் காற்றில் நகராமல்
குழல் நுனியில்
தன் கண்ணாடிப் பூவை
தானே பறித்து
தானே சூடிக்
காணாமல் போகிறது.

♦

104

மூன்று நான்கு
முட்டைகள் இடும் மாம்பழக் குருவி
இந்த முறை ஒரே ஒரு முட்டை இட்டிருக்கிறது.
மூன்று நான்கு பறவைகளுக்காகத்
தன்னை விசாலப்படுத்தியதை
ஒரே ஒரு பறவைக்கு மட்டும்
எப்படிக் குறுக்கிக்கொள்வது என்ற
சிறு குழப்பத்தில் வானம்.

●

105

காமாட்சி அத்தைக்கு மனப்பிறழ்வு உண்டு.
காமாட்சி அத்தையை எல்லோரும் தேடுகிறார்கள்.
காமாட்சி அத்தை தொலைந்து போகவில்லை.
காமாட்சி அத்தை காணாமல் போயிருக்கிறாள்
எங்கோ வேறொரு இடத்தில்
அவளை அவளே வைத்திருக்கிறாள்.

♦

106

என்னுடைய சைலப்பருக்கு
77 வயது.
என்னுடைய பரம கல்யாணிக்கு 77 வயது.
என்னுடைய அடுக்குச் சுடலைமாடனுக்கு
77 வயது.
நான் பிறந்த போது தானே
என் தெய்வங்களும் பிறந்திருப்பார்கள்.

♦

107

துக்கம் விசாரிக்கப் போயிருந்தோம்.
இதுதான் அவருடைய கடைசிப் புகைப்படம் என்று காட்டினார்கள்
எப்போதும் போல அகலமாகச் சிரித்துக் கொண்டிருந்தார்.
தலை பின்னுக்குச் சாய்ந்து முகம் ஏறிட்டிருந்தது.
கண்ணாடியைக் கழற்றியிருந்தார்
இது அவருடைய கடைசிச் சிரிப்பு என்று
அவருக்குத் தெரிந்திருக்கிறது
புகைப்படத்தைக் காட்டியவர் சொன்னார்.
நான் சொல்ல நினைத்தேன்
எதுவும் கடைசி என்று
யாருக்கும் தெரிவிக்கப்படுவதில்லை என்று.

108

சின்ன வயதில் இருந்து
ரயில் பார்ப்பதற்கு என்றே இந்த ஸ்டேஷனுக்கு வருவது
ஒரு பரவசமாக
ஒரு பழக்கமாக
ஒரு தவிப்பாக
ஒரு பைத்தியக்காரத்தனமாக
இருந்தது.
அப்போதெல்லாம் தெரியாது
இந்த ரயில் தான் ஊரைவிட்டு
என்னை ஏற்றிக்கொண்டு போய்
நகரத்தில் தள்ளும் என்பது.
இந்த ரயில் தான் ஒவ்வொரு பண்டிகைக்கும்
என்னை ஊரில் கொண்டுவந்து
நிராதரவாக இறக்கிவிடும் என்பது.

109

மயில் பறக்கும் போது பார்த்திருக்கிறீர்களா?
நன்றாக இருக்காது.
மயில் ஓடும் போது
கவனித்திருக்கிறீர்களா?
பாவமாக இருக்கும்.
மயில் அகவும் போது கேட்டிருக்கிறீர்களா?
ஒன்றும் சொல்வதற்கில்லை.
அங்கிங்கே அசையாமல்
மயில் மயிலாக இருக்கும் போது
மட்டும்
மயில் அழகாக இருக்கும்
ஒரு குழந்தையின் கனவு போல.

110

சில சமயம் மண்டைக்குள் எறும்புகள் ஊர்ந்து செல்கின்றன.
குனிவு நிமிர்வுக்கு ஏற்ப
ஒரே ஒரு ஈரச் சொட்டு மண்டையோட்டில்
நகர்கிறது.
மெல்லிசைக் கச்சேரிக்கு
வாத்தியங்களைத் தயார்படுத்துவதுபோல
மண்டைக்குள் சத்தங்கள் எப்போதாவது.
யார் உள்ளே இனிப்பு மிட்டாயைப்
பாதி தின்ற எச்சிலோடு இட்டார்?
யார் ஆற்றுத் தண்ணீர்க் குழாயைச்
சரியாக மூடாமல் போனார்கள்?
'இளைய நிலா' மெல்லிசைக் குழு
எப்போது கச்சேரியை ஆரம்பிக்கும்?

♦

111

வெட்டுக்கிளிகள் உலகத்தில் இருக்கிறதா?
பச்சை ஆயினும் மர நிறம் ஆயினும்
ஒரே ஒரு முறை பார்த்துக்கொண்டால் போதும்.
பார்க்கவே பார்க்காவிட்டால்
எப்படி நான் காரைவீட்டில் இருந்து
பச்சைப் புல்லுக்கும்
மூங்கில் காலிலிருந்து வீட்டுப்பாடம் எழுதும்
மகளின் நோட்டுப்புத்தகத்துக்கும்
நினைத்தபோது தாவுவேன்?

●

112

தேர் நிலைக்கு நின்றுவிட்டது.
கோவிலுக்குள் கூட்டமோ கூட்டம்.
ஒக்கலில் பிள்ளை.
பிள்ளைகையில் பலூன் கொத்து.
‘இப்போ பாரு லே. இப்போ பாருலே.
அம்மையை சிங்கம் முழுங்கப் போது’
என்ன ஒரு சிரிப்பு
எண்ணெய் இறங்கின மூக்குத்திக் கல்லில்.
வசந்தமண்டபத்து யாழி வாயில் கைவிட்டாள்.
கை, தலை, தோள், ஒக்கல் பிள்ளை, இடுப்பு,
கெண்டைக்கால், மிஞ்சி விரல், பலூன் கொத்து
எல்லாம் சேர்த்து விழுங்கிவிட்டது.
ஒன்றுமே நடக்காதது போல்
யாழி வரிசை முழுவதும் கமுக்கமாய் நின்றது.
மூன்றாம் நாளில்,
நீராழி மண்டபத்தில் கழுகு அமர்ந்து கத்த
உட் தெப்பக் குளத்தில்
அம்மையும் பிள்ளையும் மிதந்தார்கள்.
யாழி வாயில் தேரோட்ட பலூன் கொத்து
பபிள் கம் குமிழ் போல.

113

மிகப் பல வருடச் சிநேகிதியை
மிகப் பல வருடங்களுக்கு முன்பு
நான் எடுத்த படத்தை நேற்றுப் பார்த்தேன்.
அவரைப் போலவே
இப்போதை விடவும் அழகாக இருந்தது
அந்த மிகப் பல வருடங்கள்.

114

அர்த்தமே இல்லாமல்
தேவையே இல்லாமல்
என்னென்னவோ செய்கிறேன்
பொரு பொருவெனக்
கொடியிட்டு மரத்தில் ஏறும்
புற்றைக் கலைக்கிறேன்.
பொருபொருவெனச் செம்மண் உதிர
கலைந்து தவிக்கின்றன
மாசறு கரையான்கள்.

115

ரொம்ப காலமாக
அந்தக் கனி புசித்து வருகிறேன்.
ருசியைப் பற்றி எழுத
ஒரு சொல் திரளவில்லை.
இந்தச் சருகைப் பார்க்கிறேன்.
கீழ் நரம்புகள் ஒவ்வொன்றும்
கிளை பிரிந்து
வேர் வரை பரவுகின்றது
சொற்களின் பச்சையம்.
புசிக்கப் புசிக்க
கனியல்ல
இப்போது உடலே ருசிக்கிறது.

♦

116

அகால மழைத் துளிகளுக்கு
கனம் அதிகம்.
உதிரும் சருகுகளின்
பரவச நடனம்
திகைத்து நின்று
மீண்டும் துவங்குகிறது.

♦

117

அம்மாச்சிக்கு அளவு தெரியவில்லை.
ஒரு குத்து
உணவுக் குளிகைகளைத்
தொட்டியில் விசிறியிருக்கிறாள்.
மறுநாட் காலை கண்ணாடித் தொட்டியை விடப்
பெரிதாகியிருந்தது மீன்.
சைக்கிளில் தம்பியை பின்னால்
உட்கார்த்தி வைத்தபடி
அப்பா அதை ஆற்றில் கொண்டு போய் விட்டார்.
அடுத்த நொடி ஆற்றை விடப் பெரியதாகிவிட்டது அது.
அப்பாவுக்குத் தெரியாமல் மீனின் முதுகில் ஏறியவன்
புன்னக் காயலில் இப்போது
கடலைவிடப் பெரிய மீனில்
சவாரி செய்து கொண்டு போகிறான்.

•

118

கருவேப்பிலைப் பூங்கொத்தில் ஆடுகிறது கரு வண்டு.
கருவேப்பிலைப் பழங்களை
விரும்பிக் கொத்துகிறது சிறு கரும் பறவை.
கருவேப்பிலை பறிக்கிற
கருத்த பேரிளம் பெண்
உச்சிச் சிகையில் எண்ணெய் வைத்திருக்கிறார்.
கன்னங் கரும்பச்சை இலைகளுடன்
காற்றில் நடனமிட்டு நிற்கிறேன் நான்.

119

கைகளை விரித்துக்கொண்டு அவன் நின்றான்.
அனேகமாக வானத்தை தொட்டுவிட்ட
மரத்தின் விரிந்த கிளைகள் போல.
ஆராதனைக் கூட்டத்தில்
வசனங்களை உரக்க உச்சரிக்கும் போதகர் போல,
இந்த வாழ்வு இவ்வளவு அகலமானது என்று
சைகையால் எழுதுவது போல,
ஆரத் தழுவவரும் யாரையோ
ஆரத் தழுவிக்கொள்ளத் தயாரானது போல.
இந்தக் கடைசி உதாரணம் எனக்குப் பிடித்திருந்தது.
எழுந்து அப்படியே ஓடிப்போய்
நெஞ்சுச் சதைகள் அமுங்கக் கட்டிக்கொண்டேன்.

120

கடைத் தெருவில் கூட்டமில்லை.
கோவில் வாசலிலும் நடமாட்டம் குறைவு.
யாரோ ஒரு சுற்றுலாவி தாவித் தாவி
மேற்படியிலிருந்து இறங்கி ஓடி வருகிறாள்.
வேறு வித மஞ்சளில் இருக்கும் பலாச்சுளைகளையும்
கூவையிலையில் பொதிந்த செண்பகப் பூக்களையும்
வாங்கிவைத்தபடி தனியே நிற்கிறேன்.
மழையில் நனைந்த கோபுரம்
மழையில் நனையாத கோபுரம் போலவே இருக்கிறது.

121

ஒரு தினத்தின் எத்தனையோ நெரிசல்களுக்குப் பிந்திய இரவு.
அபூர்வப் பிறை நிலவு அது.
தன் உள் வளைவைச் சாணை பிடித்திருந்தது.
டார்ச் விளக்கு வெளிச்சத்தில்
விரல்களின் ரத்தச் சிவப்பை
விளையாட்டுக் காட்டும் தகப்பன் அது.
தேய்ந்து உருவிலியாகுமா,
வளர்ந்து பூரணம் கொள்ளுமா?
ஒளிரும் பிறையாக மட்டும் நிரம்பிப் பொலிந்தது.
ஒரு சுழல் கதவு போல,
வெளியே வரவும், உள்ளே செல்லவும்
தன்னைத் திறந்துவைத்தது.
நான் குனிந்து கொண்டே
வீட்டுக்குள் புக,
குனிந்து கொண்டு நானே
வெளியேறியபடி.

♦

122

இந்த இடத்தில்
ஒரு பூந்தொட்டி இருந்ததே
என்ன செய்தீர்கள்?

அதில் செடியே கிடையாது.
வெறும் மண் தொட்டிதான்.
அதை என்ன செய்தீர்கள்?

நிரம்பி வழியும் பூக்களால்
தணிந்தசையும்
பூந்தொட்டிகளின் மத்தியில்

ஒரு செம்மண் நிறப் பூவாக
மலர்ந்திருந்ததே
அந்த வெற்று மண் தொட்டி

அதை என்ன செய்தீர்கள்?

●

123

அவ்வளவு சிறு பெண்
அவள் கொள்ளாத அளவுகள்.
ரயில் நகரும் வரை
அங்கிங்கு அவளைவிட்டுப் பார்வையை நகர்த்தவில்லை.
எலும்புக் கம்பிகள் முட்டுக் கொடுக்கும்
கனத்த சிமெண்ட் பெஞ்ச்சில் சாய்ந்திருந்து
வெறும் தரையையே பார்த்துக் கொண்டு இருந்தாள்.
சொல்ல முடியாது
அங்கு அவளுக்கு ஒன்றுமே இருந்திராது
அல்லது எல்லாமே இருந்திருக்கும்.

♦

124

எழுபது வருடங்களுக்கு முன்பு
உழுது உழுது காய்த்துப் போன
உள்ளங்கையைத் திறந்து காட்டினார் சிவசைலம் தாத்தா.
இளம் பச்சைச் சிறுவிளக்கேற்றிப்
பறந்து போன
மினுக்கட்டாம் பூச்சி வெளிச்சம்
விழுந்து கிடக்கிறது
நாளையில் இருந்து இன்று வரை.

♦

125

சன்னல் வழியாகப் பார்த்து
"இன்று நிறையப் பூ பூத்திருக்கிறது" என்றேன்.
அவள் வெளியேறிப் போய்
ஒவ்வொன்றாக எண்ணி முடித்து
"பதின்மூன்று பூ" என்று சத்தம் கொடுத்தாள்.
இரண்டு பேர் சொன்னதும் ஒன்றே.
'நிறையப் பூ' வின் சந்தோஷத்தை
'பதின் மூன்று பூ'
சற்றுக் குறைத்துவிட்டிருந்தது.

♦

126

இடப் பக்கக் கட்டிடத்தில்
ஏற்கனவே நான் வந்திருக்கும்
ஒரு மாவு மில்.
வலப்பக்கக் கட்டிடத்தில்
வட்டச் சுற்றில் இலையிட்டு
வளரும்
வாதாம் மரம்.
பக்கத்துத் தண்டவாளங்களில்
கூவிப் பாய்ந்தது பாஸஞ்சர் ரயில்.
ஆழ்ந்து மூச்சிழுத்து
புல்லாங்குழலை எடுத்து நான்
வாசிக்க ஆரம்பித்தேன்.

♦

127

கரு நீலச் சிறுமலரின்
பின் காம்பு கசி மது உறிஞ்சி
எறிந்து கொண்டே போகிறான்.
நன்றி, நன்றி சொல்லி
ஒவ்வொரு எறும்பும் நுழைகிறது
உறுபசிக் குகைக்குள்.

🌢

128

விடுதியறையைப் பூட்டிக்கொண்டு இருந்தேன்..
நீண்ட வழ வழப்பான தாழ்வாரத்தில்
எங்கிருந்தோ கொட்டின வெளிச்சப் பரவல்.
இருபது அடி தூரத்துக்கு முன்னால் போகிறவரிடமிருந்து
இளைஞர் எல்லாம் இல்லை
விசிலில் பாடும் சத்தம்.
கழுத்தை இடவலம் திருப்பி
லேசாக வலது இடது தோளை
உயர்த்திச் சுதி சேர்த்து
ஒரு நடனத்தை முதுகுப் புறத்தில்
ஆடிச் சென்றவர்
சிறிது நிதானித்து லிஃப்ட் பக்கம் நடந்தார்.
அவர் கைவிட்ட நடனம்
அந்த இடத்திலேயே
மிச்சத்தை அசைத்தபடி இருந்தது தனியாக.

♦

129

சித்திரத்தில் இருந்த பெண்
பறவைகளால் மொய்க்கப்படுபவள்.
தானியமில்லாது உயர்ந்த
அவள் கைகளில் அமர்ந்து
மார்புகளில் அமர்ந்து
தோள்களில் அமர்ந்து
உச்சியில் அமர்ந்து
அவை பேசின, சிரித்தன
ஒவ்வொன்றாய்ப் பறந்தன.
எல்லாவற்றிற்கும் கடைசியாய்
இரு மார்புகளில் அமர்ந்திருந்தவை
பறந்த போது அவற்றின் அலகில்
கொத்திய தானியங்கள் இருந்தன.

◆

130

உயிரற்ற மீன்களின் கண்கள்
உயிருள்ள மீன்களின் கண்களைப் போலவே இருக்கின்றன.
உயிரற்ற மீன்கள் என்னைப் பார்ப்பது போலத் தோன்றும்.
உயிருள்ள மீன்கள் பார்க்காதது மட்டும் அல்ல
என்னை அந்தக் கண்கள் பொருட்படுத்துவதே கிடையாது.
நீச்சல் தெரியாதவரின் பட்டியலை எல்லாம்
யார் தயாரித்து மீன்களிடம் கொடுக்கிறார்கள் என்று தெரியவில்லை.

▪

131

பொம்மைத் துப்பாக்கியால் தான் அவரைச் சுட்டேன்.
பொம்மை போல் தான் அவரும் நெஞ்சைப் பொத்திச் சரிந்தார்.
பொம்மைகள் போலத்தான் எல்லோரும் சிரித்தார்கள்.
பொம்மைகளை எப்போதும் நம்ப முடியாது போல.
அப்புறம் அவர் எழுந்திருக்கவே இல்லை.

๏

132

எதிரே நடந்து வந்த பெரியவர்
குனிந்து அந்த இறகை எடுத்தார்.
கையில் வைத்து அது
எந்தப் பறவையுடையது என
நிதானித்தார்.
எந்தப் பறவையோ அதற்குத் தக
தன் கை கால்களை அசைத்தார்.
மூக்கை உருவிவிட்டார்.
அவர் உண்டாக்கிய சப்தம்
அந்தப் பறவைக்கு உரியதாக இருக்கும்.
அப்புறம் அவர் மேலே பறக்க ஆரம்பித்தார்.
அவருடைய நிழல் இசகு பிசகாகத்
தரையில் விழுந்துகொண்டே போயிற்று

133

இன்றைக்கு என்னவோ வானத்தைப் பார்த்தேன்.
இரண்டு பருந்துகள் வட்டமிட்டன.
வானம் அப்படியே இருந்தது
ஒரு பருந்து மாயமாகிவிட்டது.
ஒன்று மட்டும்
இன்னொரு பருந்தின் வட்டத்தையும் சேர்த்துச்
சுழன்று மிதந்தது
வானம் அப்படியே இருந்தது.
இப்போது எந்தப் பருந்தும் இல்லை.
நான் பார்க்கிறேன்
வானம் வட்டமிட்டு மிதப்பதை.

134

சில சமயங்களில் மேகங்களுக்குப் பைத்தியம் பிடிக்கிறது.
சில சமயங்களில் மழைக்கு மற்றும் வெயிலுக்கு.
சில சமயங்களில் காற்றுக்கு
காற்று அடித்துச் செல்லும் அரசிலைகளுக்கு.
மிக எப்போதாவது
பைத்தியம் பிடிக்கிறது வான வில்லுக்கு.
அனேகமாக, எப்போதும் எனக்கு.

135

"இது எல்லாம் ஒரு சந்தோஷமா?"
நீங்கள் கேட்கிற அளவுக்கு
இது ஒரு சிறிய சந்தோஷமே.
சற்று முன் ஒரு கனிந்த சப்போட்டா
சாப்பிட்டேன்.
அது அல்ல என் சந்தோஷம்.
எப்போதும் பிடிக்கும் விதையின்
கருமெழுகு வழவழப்பு.
அது கூட அல்ல, என் சந்தோஷம்.
விரல்கள் அத்தனையும் மடித்து அதைப்
பொத்திவைத்துக் கொள்ள
ஒரு சுருக்கம் விழும் உள்ளங்கை
இருக்கிறதே எனக்கு!

▪

136

மறுப்பில்லை.
இன்று வெயில் நேற்றை விட அதிகம்.
இன்னொன்றும் உண்டு.
பறவைகள் நீரருந்த உங்கள் வீட்டுச்
சுற்றுச் சுவரில் வைத்திருக்கும் கல்தொட்டியை
இன்றைக்கு நீங்கள் நிரப்ப மறந்துவிட்டீர்கள்.
வெயில் உறிஞ்சியது போக,
நேற்றைக்கு வார்த்ததே போதுமானது இருந்திருக்கிறது.
சிறிய உதிரிலைகள் மிதப்பதை
தாகமுள்ள அலகுகள் பொருட்படுத்துவது இல்லை தானே.
நீங்கள் அச் சமயம் வெளியே
போயிருந்ததால் சொல்கிறேன்.
புகைப்பதற்கு மரத்தடியில் வந்து நின்ற நான் பார்த்தேன்.
மிகவும் உலர்ந்திருந்த, துரத்தப்பட்டது போல்
அடிவயிறு விம்மித் தணிந்த பறவை
தொட்டியின் விளிம்பில் அமரத் தடுமாறியது.
அலகை தண்ணீரில் தாழ்த்து முன் எல்லாத் திசையிலும்
கழுத்தை வெடுக் வெடுக்கென்று திருப்பிப்
பத்திரப்படுத்திக் கொண்டது.

அலகில் கோரிய துளியொடு
அண்ணாந்து அப்படியே உறைந்திருந்தது.
தீர்மானித்தது போல,
தண்ணீருள் உடலை அமிழ்த்திச் சிலிர்த்தது.
சிறகுகளை உதறியதில்
பார்த்த எத்தனையோ சூரிய உதயங்களை
ஒன்று மற்றதாக்கிவிட்டது.
நீங்கள் எப்போது வீடு திரும்புவீர்கள் என்று தெரியாது.
அந்தப் பறவை உடனே பறந்து போய்விட்டது.
அது சிலுப்பிய தண்ணீர்
என் வலது முன் கை ரோமத்தில் அப்பியிருக்கிறது
நான் பார்த்தபடி அப்படியே நிற்கிறேன்.
இந்த உலகத்தில் மிக அழகான ஒன்று
பறவை வந்தமர்ந்து போய்விட்ட ஒரு கல் தொட்டிதான்.
சந்தேகமே இல்லை.

137

சினேகிதியின் வீட்டுக்கு முதல் முதல் போயிருந்தபோது
பார்த்தேன்.
ஒரு மரங்கொத்தி ஆழ்ந்த ஒருமையுடன்
நெடு மரத்தைக் கொத்திக்கொண்டு இருந்தது.
நிச்சயமாகச் சொல்வேன்
என் வனத்தின் அத்தனை மரங்களிலும்
துளையிட்டிருப்பது
அதே மரங்கொத்திதான்.

138

எங்களுக்குக் கொஞ்சம் விவசாயம் இருந்ததால்
எனக்கு நெல் அவியும் வாசனை தெரியும்.
எங்கள் வீட்டில் அவித்த நெல் காயப் போட்டதால்
அதைக் கொத்தித் தின்னும் சிட்டுக்குருவிகளைத் தெரியும்.
எனக்குச் சிட்டுக்குருவிகள் தெரிந்ததால்
ஜன்னல் கம்பிகளூடே பறந்து போகத் தெரியும்.
எனக்குப் பறந்து போக முடிந்ததால்
கொஞ்சம் போல வானம் தெரியும்.
கொஞ்சம் போலத்தான் வானத்தைத் தெரிய முடிந்ததால்
திரும்பிவிட்டேன்.
விவசாயம் இல்லாது போன
நெல் அவிக்காத
சிட்டுக்குருவிகள் காணாமல் ஆகிவிட்ட
சன்னல் கம்பிகள் துருப்பிடித்த
யாருமற்ற எங்கள் வீட்டுக்கு.

♦

139

உன்னால் உன் பெயரை மாற்றிக்கொள்ள முடியுமா?
வேறொரு பெயரில் நீ
இதை விட அழகாக இருப்பாய்.

♦

140

ஆடை மாற்ற ஆடை களைந்த போது
மின்சாரம் பொய்த்து
உடலின் புறவிளிம்பெங்கும்
நீலக் கோட்டு மினுக்கம்.
பொல்லென நிசிப் பூ மலர்ந்து
இருட்காடு எங்கும் சுகந்தம்.

♦

141

இங்கே ஒன்றுமில்லை என்று
ஏற ஆரம்பித்தேன்.
அங்கே ஒன்றுமில்லை என
இறங்கிக் கொண்டு இருந்தான்.
கீச் கீச் எனப் பாடி
மேலும் கீழும் பறந்தபடி இருந்தன
பச்சைப் பறவைகள்.

142

வண்ணத்துப் பூச்சியைப் பிடிப்பதற்கு
வண்ணத்துப் பூச்சியின் பின்னாலேயே அலைவது
பிடிப்பதற்காக அல்ல,
பிடிப்பது போன்ற ஒரு விளையாட்டுக்காக.